அபாயம் இல்லை, தொடு!

அபாயம் இல்லை, தொடு!

அபாயம் இல்லை, தொடு!

வி. சுந்தரம்

அபாயம் இல்லை, தொடு!
Abayam Illai, Thodu!
V. Sundaram ©

First Edition : January 2007
136 Pages
Printed at Repro Knowledgecast Limited, Thane.

ISBN 978-81-8368-277-0
Kizhakku - 196

Kizhakku Pathippagam
177/103, First Floor,
Ambal's Building, Lloyds Road
Royapettah, Chennai 600 014.
Ph: +91-44-4200-9603

Email : support@nhm.in
Website : www.nhm.in

Author's Email : sundaramv2@yahoo.com

Kizhakku Pathippagam is an imprint of New Horizon Media Private Limited

நன்றி

இந்தப் புத்தகத்தில் பயன்படுத்தப்பட்டுள்ள புகைப்படங்களைப் பிரசுரிக்க அனுமதித்த அனைவருக்கும் நன்றி.

கல்பாக்கம் அணுமின் நிலையம்:
Department of Atomic Energy, Govt. of India.

மேட்டூர் நீர்மின் நிலையம் : அங்குராஜ்

காற்றாலை : ஜெனிஃபர் பெரீஸ்

உள்ளே

கல்பாக்கம் அணுமின் நிலையம்

நெய்வேலி அனல் மின் நிலையம்

மேட்டூர் நீர் மின் நிலையம்

1. அறிமுகம்

மதியம் 12.00 மணி. வெளியில் அலைந்துவிட்டு வீட்டுக்குள் நுழைகிறீர்கள்.

'அப்பா! என்ன வெயில், என்ன வெயில்! முதலில் அந்த ஃபேன் ஸ்விட்சைப் போடு!'

ஃபேன் சுழல ஆரம்பித்து, காற்று நம் மேலே அடிக்கத் தொடங்கிய பிறகுதான் நமக்கு நிம்மதி. அப்படியே அந்த ஃபிரிட்ஜைத் திறந்து ஜில் லென்று கொஞ்சம் தண்ணீர் குடித்தால், ஆஹா! அது ஒரு சுக அனுபவம்.

மாலை 6.00 மணி.

'எல்லாவற்றையும் நான் உனக்குக் காட்டுவேன். ஆனால் என்னை நீ பார்க்கவே முடியாது' என்று தினமும் கண்ணாமூச்சு காட்டும் சூரியன், மாலையில் காணாமல் போனால் நமக்கென்ன? மீண்டும் ஸ்விட்சைப் போடுகிறீர்கள். ஒன்றன்பின் ஒன்றாக விளக்குகள் ஒளிர்கின்றன. அடுத்த நாள் காலை சூரியன் வரும்வரை நம் வீட்டை, ஊரை, நாட்டை இரவுச் சூரியனாக இருந்து ஒளிமயமாக வைத்திருக்கப் போவது இந்த விளக்குகள்தான்.

தொலைக்காட்சியைத் திருப்பி, கிரிக்கெட்டோ சினிமாவோ சீரியலோ ரசித்துப் பார்க்கிறீர்கள். இரவில் நிம்மதியாகத் தூங்க ஏசி. அலுவலகத்தில் அமர்க்களமாக வேலை பார்க்க, ஏசி அல்லது ஃபேன். சமையல் அறையில் மிக்ஸி, கிரைண்டர், மைக்ரோவேவ் அவன், சாதம் வடிக்கும் குக்கர். குளித்தவுடன் நீண்ட கூந்தலைக் காய வைக்க ஹேர் ட்ரய்யர். துணி துவைக்க வாஷிங் மெஷின். பாத்திரங்களைத் தேய்க்க டிஷ் வாஷர். வேலைக்கு என்று மட்டுமல்லாது கேளிக்கைக்கு, கல்விக்கு என்று கம்ப்யூட்டர். ஆஸ்பத்திரியில், உடல் பரிசோதனைக்கு ஆபரேஷன் செய்ய என்று ஆயிரத்தெட்டு கருவிகள்.

இவை எதுவுமே மின்சாரம் இல்லாமல் இயங்காது. இன்னும் வெளிப் படையாகச் சொல்லவேண்டும் என்றால், இன்று மின்சாரம் இல்லா விட்டால் இந்த உலகே ஸ்தம்பித்து நின்றுவிடும்!

உண்மையா? இல்லையா?

இத்தகைய மின்சாரத்தைப் பற்றி நம்மில் எத்தனை பேர் தெரிந்து வைத்திருக்கிறோம்? இந்த மின்சாரம் எங்கு உற்பத்தி செய்யப் படுகிறது? எப்படி உற்பத்தி செய்யப்படுகிறது? நம் வீட்டுக்குள் வந்து ஒளிந்துகொண்டு, நாம் கூப்பிட்டவுடன் ஓடிவந்து, நாம் இட்ட கட்டளைகளை எல்லாம் எப்படி நிறைவேற்றுகிறது என்பதைப் பற்றி நம்மில் எத்தனை பேர் யோசித்துப் பார்த்திருக்கிறோம்?

எனது நண்பர் ஒருவர் பெரிய படிப்பாளி. நாட்டு நடப்புகள் அத்தனையும் அவருக்கு அத்துப்படி. கருணாநிதி முதல் புஷ் வரை புட்டுப் புட்டு வைப்பார். ஆனால் இப்போது கூட, பழுதாகிப் போன ஒரு மின்சார பல்பை மாற்ற அவர் படும் சிரமம், பார்ப்பதற்கே படுதமாஷாக இருக்கும். சொன்னால், நம்பவே மாட்டீர்கள், பல்பை மாற்றும் வேலையைத் தொடங்கும் முன்பு இஷ்ட தெய்வத்தை ஒன்றுக்கு இரண்டு முறை வணங்கிக் கொள்வார். கைக்கு க்ளவுஸ் மாட்டிக்கொண்டு, காலில் செருப்பு அணிந்து, மரப்பலகை மீது ஏறி... இப்படி அவர் செய்யத் தொடங்கும் பாதுகாப்பு ஏற்பாடுகளே, 'முன் ஜாக்கிரதை முத்தண்ணா' என்கிற பெயரை அவருக்கு வாங்கிக் கொடுத்துவிடும். ஏன் இப்படி பயப்படுகிறீர்கள் என்று கேட்டால், 'கரண்ட் ஷாக் அடிக்கும்' என்று சொல்வார். மின்சாரத்தைப் பற்றி அவருக்குத் தெரிந்த ஒரே செய்தி 'ஷாக் அடிக்கும்' என்பதுதான். இவர் மட்டுமல்ல. இவர் போலத்தான் நிறைய பேர்கள் இருக்கிறார்கள்.

நான் ஆரம்பப் பள்ளியில் படித்துக் கொண்டிருந்த சமயம். அப்போது நாங்கள் வசித்து வந்த தெருவில், ஒரு வீட்டில் புதிதாக மின் இணைப்பு பெற்றார்கள். அந்த வீட்டுக்கு மின்சார வசதி வந்தபின், எங்கள் தெருவில் மட்டுமின்றி எங்கள் கிராமத்திலேயே, அந்த வீட்டுக்கும் அந்த வீட்டில் வசிக்கும் மனிதர்களுக்கும் தனி மரியாதையே கிடைக்கத் தொடங்கிவிட்டது. 'யோவ், அந்த வீட்டுக்காரைப் பகைச்சுக்காதே! அவரு வீட்ல கரண்டு விளக்கெல்லாம் இருக்கு!' என்று ஆலமரத்து அடியில் நடக்கும் பஞ்சாயத்துக் கூட்டத்தில் பேசிக் கொள்கிற அளவுக்குப் போய்விட்டார்கள். கோவிலுக்குப் போனால்கூட, அந்த வீட்டுக்காரர்களுக்கு மட்டும் தனி வரவேற்பு!

உண்மையில் இந்த மரியாதையெல்லாம் மின்சாரத்துக்குத் தானே போய்ச் சேரவேண்டும்? மனிதர்களுக்கு ஏன் கொடுத்தார்கள்?

காலம் காலமாக நடக்கிற விஷயம்தான் அது. ப்ளாஸ்மா டிவி வைத்திருப்பவர்களை இப்போது நாம் கொஞ்சம் ஆச்சரியத்தோடு பார்க்கிற மாதிரி, லேட்டஸ்ட் கார் வைத்திருப்பவர்களை கண் கொட்டாமல் பார்க்கிற மாதிரி, எங்கள் காலத்தில் மின்சாரம் உள்ள வீடுகளை ஆச்சரியமாகப் பார்த்தார்கள். மின்சாரம் என்றால் என்ன என்று தெரிந்துகொள்ள வேண்டும் என்கிற ஆவல், என்னை அறியாமலே எனக்குள் வந்தது அப்போதுதான். பிற்காலத்தில், மின்சாரத்தோடுதான் வேலை பார்க்கப் போகிறேன் என்பது அப்போது எனக்கு நிச்சயம் தெரியாது.

'மின்சாரம்' என்பது நம்முடைய சேவகன். நாம் இட்ட கட்டளைகள் அனைத்தையும் செய்து நம்மை மகிழ்விக்கும் சேவகன். ஆனால், நாம் இந்த சேவகனை ஒரு கட்டுப்பாட்டுக்குள் வைத்திருக்க வேண்டும். கட்டுப்பாடு என்ற எல்லைக் கோட்டினை நாம் எப்போது தாண்டு கிறோமோ, அந்த நொடியே, நமக்குச் சேவகனாக இருக்கும் மின்சாரம் ஈவு இரக்கமற்ற எமனாக மாறி நம்மைக் கொன்றுவிடுவான்.

மின்சாரம் அல்லது மின் சக்தி நம் வீட்டில் இருக்கும்போது, நாம் அனுபவிக்கும் வசதிகள் கொஞ்ச நஞ்சமல்ல. மின் விசிறி, அலங்கார மின் விளக்குகள், சமையலறையில் மாவு அரைக்கும் இயந்திரம், சட்னி துவையல் அரைக்கும் இயந்திரங்கள், தொலைக்காட்சி, வானொலி, ஒலிநாடாப் பெட்டிகள், சலவை இயந்திரங்கள், அறைகளுக்கான குளிரூட்டிகள் (Air Conditioners), குளிர் பதனப் பெட்டிகள், கணினி... பட்டியல் தொடர்ந்து கொண்டே போகிறது.

இத்தனை கருவிகளையும் நாம் பயன்படுத்தி மகிழும் அதே நேரத்தில், இவை அனைத்தும் இயங்குவதற்குக் காரணம் மின்சாரம்தான் என்கிற உண்மையை ஒரு பெரிய விஷயமாகவே நாம் கருதுவதில்லை. ஆனால், மின் தடை ஏற்பட்டு மின்சக்தி இல்லாமல் போய்விட்டால், 'மின்சாரம்' தவிர வேறு எதைப் பற்றியும் நாம் நினைத்துக்கூட பார்ப்பதில்லை.

மின்சக்தியின் பெருமை, மின்சாரம் இருக்கும்போது பேசப்படு வதைவிட, மின்தடை ஏற்பட்டு மின்சாரம் இல்லாமல் போகும்போது தான் அதிகம் பேசப்படுகிறது. ஆங்கிலத்தில் கூறுவதாயின், 'Electricity is realised only in its absence and not during its presence.'

இனியாவது இருட்டில் வெளிச்சத்தைப் பற்றி பேசுவதைவிட, மின்சாரம் பற்றி உள்ளதை உள்ளபடி தெரிந்து கொள்வோம்.

2. மின் உற்பத்தி

மற்ற பொருள்கள் உற்பத்தி செய்யப்படுவதை ஆங்கிலத்தில் Manufacturing என்று குறிப்பிடுவோம். ஆனால், மின்சார உற்பத்தியை Generation என்றே குறிப்பிடுகிறோம். இதற்குக் காரணமே, மின்சாரம் என்பது ஒருவகை ஆற்றல், சக்தி என்பதால்தான். மின்சாரம் என்னும் ஆற்றலை, வேறு வகை ஆற்றல்களிலிருந்துதான் உருவாக்க வேண்டி உள்ளது.

மின்சாரம் தயாரிப்பதை அல்லது உற்பத்தி செய்யும் முறையை இரண்டு வகைகளாகப் பிரிக்கலாம்.

1. *முறைசார்ந்த மின் உற்பத்தி* (Conventional) *முறைகள்.*

2. *முறை சாரா மின் உற்பத்தி* (Non Conventional) *முறைகள்.*

முறை சார்ந்த வகையில் மின் உற்பத்தி என்பது கீழ்க்கண்ட வகைகளில் நடைபெறுகிறது.

1. *நீர் மின் நிலையங்கள்* (Hydro Power Generating Stations).

2. *அனல் மின் நிலையங்கள்* (Thermal power Generating Stations).

3. *அணு மின் நிலையங்கள்* (Nuclear power Generating Stations).

முறை சாரா வகையில் மின் உற்பத்தி என்பது கீழ்க்கண்ட வகைகளில் நடைபெறுகிறது.

i. *சூரிய ஒளி* (Solar power)

ii. *காற்றாலைகள்* (Wind mills)

iii. *கடல் அலை* (Ocean Thermal Energy Conversion)

iv. *சூரிய காற்றுப் புகைபோக்கிகள்* (Solar Chimney)

v. *சாண எரிவாயு* (Bio Gas)

vi. *கழிவுகள்* (Bio Mass)

vii. *நகராட்சிக் கழிவுகள்* (Municipal Solid wastes)

இதில் ஆச்சரியமான விஷயம் என்னவென்றால், மேற்சொன்ன முறைகளில் எந்த முறையில் மின்சாரம் உற்பத்தி செய்தாலும் அதிலிருந்து கிடைக்கும் மின்சக்தியின் தரம் ஒரே மாதிரியாகத்தான் இருக்கும். சேலத்து மாம்பழத்துக்கும் ஆந்திராவின் பங்கனபள்ளி மாம்பழத்துக்கும் ருசியில் வேறுபாடு உண்டு. சில அனுபவசாலிகள் பழத்தைப் பார்த்த மாத்திரத்திலேயே இது பங்கனபள்ளி என்று சொல்லிவிடுவார்கள்.

ஆனால், மின்சாரத்தின் ரிஷிமூலத்தை மட்டும் யாராலும் கண்டுபிடிக்கவே முடியாது. 'இது அனல் மின்சாரம். எவ்வளவு பெட் வச்சுக்கலாம்?' என்று யாரும் யாரையும் போட்டிக்கு அழைக்க முடியாது. 'இந்த மின்சாரம் கர்நாடகாவிலிருந்து வருது. பார்த்த மாத்திரத்துல நாங்க சொல்லிப்புடு வோம் இல்ல' என்று எந்தக் கொம்பனாலும் மீசையை முறுக்க முடியாது. காரணம், ரத்தத்தின் நிறம் சிவப்பு மாதிரி, உலகம் பூராவும் மின்சாரம் என்றால் ஒன்றுதான். அதற்கு ஜாதி, மதம், ஊர், மொழி வித்தியாசம் எல்லாம் இல்லை.

மின் உற்பத்தியின் அடிப்படைத் தத்துவம்

மின்சாரம் என்றால் என்ன என்பதைத் தெரிந்துகொள்ள கொஞ்சம் அறிவியல் அடிப்படைகள் தேவை. அறிவியல் என்றதும் 'அய்யய்யோ!' என்று அலறாதீர்கள். இது செம ஜாலியான அறிவியல்.

காந்தம்

காந்தத்தைப் பார்க்காதவர்கள் யாரும் இருக்க மாட்டார்கள். இரும்பு போல இருக்கும். அதை குண்டூசிக்குப் பக்கத்தில் கொண்டு சென்றால், சின்னக் குழந்தை ஓடிவந்து அம்மாவைக் கட்டிப் பிடித்துக்கொள்கிற மாதிரி, குண்டூசி ஓடிவந்து காந்தத்தின் மேல் ஒட்டிக்கொள்ளும். தெரு மண்ணில் போட்டுப் புரட்டினால், மண்ணில் கிடக்கும் துருப்பிடித்த பழைய ஊசி, ஆணி, இரும்புக் குப்பைகள் காந்தத்தோடு வந்துவிடும். இப்படிக் கிடைக்கும் இரும்பு கலந்த மண்துகளை ஒரு காகிதத்தின் மீது வைத்து, காகிதத்தின் கீழே காந்தத்தை வைத்து ஆட்டினால் மண்துகள் ஆடும். குழந்தைப் பருவத்தில் பலரும் இப்படி விளையாடி இருப்பார்கள். காந்தத்தை வைத்து நாம் சிறு வயதில் விளையாடிய விளையாட்டுகள் என்றும் மறக்க முடியாதவை.

இந்த காந்தம் என்ற பொருளை ஞாபகம் வைத்துக்கொள்ளுங்கள். ஏனென்றால், காந்தம் என்ற ஒன்று இல்லாவிட்டால் மின்சாரம் என்பதே கிடையாது.

சரி, இந்த காந்தங்கள் எவ்வாறு உருவாகின்றன? எங்கிருந்து கிடைக்கின்றன?

காந்தங்கள் இயற்கையிலேயே கிடைக்கின்றன. செயற்கையாகவும் உருவாக்கலாம். ஏன், நம் பூமியே ஒரு பெரிய காந்தம்தான்!

காந்தத்துக்கு இரண்டு துருவங்கள் உண்டு. வட துருவம், தென் துருவம் என்று அழைப்போம். ஒரு காந்த ஊசியை ஆடாது இருக்கும் தண்ணீரின் மேல் பரப்பில் மெதுவாக மிதக்க விடுங்கள். அந்த ஊசி கொஞ்சம் கொஞ்சமாக திசை மாறி வடக்கு - தெற்காக நேர்க்கோட்டில் தானாகவே வந்து நிற்கும். எப்படி இந்த அதிசயம் நடக்கிறது?

பூமியே ஒரு பெரிய காந்தம் என்று சொன்னோம் அல்லவா? அதுதான் காரணம். பூமியின் காந்த சக்தியும் வடக்கு - தெற்கு முகமாக உள்ளது. அதனால்தான் காந்தங்கள் எல்லாமே வட - தென் திசைகளை நோக்கி அமைய முயற்சி செய்கின்றன. இதை வைத்துத்தான் காம்பஸ் என்னும் திசை காட்டும் கருவியை நம் முன்னோர்கள் உருவாக்கினர். சூரியன் உதிக்கும் மறையும் திசைகள் கிழக்கு, மேற்கு; காம்பஸில் காந்த ஊசி காட்டும் திசைகள் வடக்கு, தெற்கு. இவற்றை வைத்து ஒரிடத்திலிருந்து கிளம்பி இன்னோர் இடத்துக்குச் செல்ல முடிந்தது.

ஒவ்வொரு காந்தமும் தன்னைச் சுற்றி ஒரு காந்தப் புலத்தை உருவாக்குகிறது. (புலம் = Field. காந்தப் புலம் = Magnetic Field.) காந்தப் புலம் என்றால், கண்ணுக்குத் தெரியாத காந்த சக்தி அந்த காந்தத்தைச் சுற்றிலும் வியாபித்துள்ளது என்று பொருள்.

இது காந்தத்துக்கு அருகில் வலுவாக இருக்கும். காந்தத்தை விட்டுத் தள்ளிச் செல்லும்போது வலு குறைந்துவிடும். காந்தத்துக்கு அருகில் இரும்பு ஊசியை எடுத்துப் போனால், வெடுக்கென்று இழுத்துக் கொள்ளக் காரணம் இந்த காந்தப்புலம்தான். தூரத்தில் வைத்தால் அதே சக்தியுடன் இழுக்காது.

இரண்டு காந்தங்களை ஒன்றுக்கு அருகில் இன்னொன்றை எடுத்து வாருங்கள். தமிழ்ப் பட ஹீரோ - ஹீரோயின் காதல் காட்சிகளில் கட்டிப் பிடித்துக்கொள்வதைப் போல, இரண்டும் ஒன்றையொன்று இழுத்து கட்டிப் பிடித்துக்கொள்ளும்.

இப்போது காந்தத்தைத் திசை மாற்றி மீண்டும் ஒட்ட வையுங்கள். அது ஒட்டுகிறதா? நிச்சயம் ஒட்டாது. ஊடல் மிகுதியாகி சண்டை போட்டு ஓடப் பார்க்கும். ஏன் இப்படி? முன்பு ஒட்டிக் கொண்டது, இப்போது ஏன் வெட்டிக்கொண்டு ஓடுகிறது?

அதுதான் காந்தத்தின் அடிப்படை. காந்தத்தின் எதிரெதிர் துருவங்கள் ஒன்றை ஒன்று வசீகரிக்கும்; இழுக்கும். ஒரே துருவங்கள் முரண்டு பிடித்து எதிர்த் திசையில் ஓடப் பார்க்கும்.

நச்சென்று புரிகிற மாதிரி சொல்ல வேண்டும் என்றால், காந்தம் என்பது அழகான இளம்பெண் மாதிரி. நமக்குப் பிடித்துவிட்டால், நாம் தேடி ஓடுவோம். பிடிக்காவிட்டால், விலகி ஓடத் தொடங்கிவிடுவோம்.

எலெக்ட்ரான்

இரண்டாவதாக நாம் தெரிந்துகொள்ள வேண்டியது எல்லாப் பொருள் களிலும் இருக்கும் அடிப்படையான ஒரு விஷயத்தை. இரும்போ, தங்கமோ, மண்ணோ, கல்லோ, கரிக்கட்டையோ, நீங்கள் விரும்புகிற பொருள் எதை வேண்டுமானாலும் எடுத்துக் கொள்ளுங்கள். அதனைத் துண்டுதுண்டாக உடைத்துக்கொண்டே செல்லுங்கள். எவ்வளவு சின்னதாக உடைக்க முடியுமோ அவ்வளவு சின்னதாக உடைத்து விடுங்கள். கடைசியில் என்ன மிஞ்சும்?

கண்ணால் கூடப் பார்க்க முடியாத அளவுக்குக் கடைசியில் ஒன்று மிஞ்சும். இதை அணு அல்லது மூலக்கூறு என்று அழைக்கிறோம். உலகில் இரண்டு விதமான பொருள்கள் இருப்பதாக அறிவியல் கூறுகிறது. ஒன்று, தனிமம் (Element) எனப்படும். அதாவது, இது தனித்தன்மை வாய்ந்த ஒரு பொருள். மற்ற எதைப் போலவும் இது இருக்காது. நாம் சுவாசிக்கும் ஆக்சிஜன், நம் வீட்டுப் பெண்களின் கழுத்தில் தொங்கும் தங்கம், வெள்ளி, தெர்மா மீட்டரில் உருகி ஓடும் பாதரசம், அலுமினியம், கரி, ஹைட்ரஜன், குளோரின், யுரேனியம் - இப்படி மொத்தம் 117 தனிமங்கள் பூமியில் தானாகவே கிடைக்கின்றன.

இந்தத் தனிமங்கள் ஒவ்வொன்றின் அடிப்படைத் துண்டுதான் அணு எனப்படுகிறது. ஹைட்ரஜன் என்று எடுத்துக்கொண்டால் அதனடிப் படை ஹைட்ரஜன் அணுக்கள். ஹைட்ரஜன் அணுக்கள் ஆக்சிஜன் அணுக்களைப் போல இருக்காது. அலுமினியத்தின் அணுக்கள் யுரேனியத்தின் அணுக்கள் மாதிரி இருக்கவே இருக்காது.

வெவ்வேறு தனிமங்களின் அணுக்கள் ஒன்று சேர்ந்தால், ஒரு புதிய பொருள் உருவாகும். உதாரணமாக - நாம் தினமும் குடிக்கும் தண்ணீர், ஹைட்ரஜன் மற்றும் ஆக்சிஜன் தனிமங்கள் இணைவதால் உருவாகிறது.

இரண்டுக்கும் மேற்பட்ட தனிமங்களின் அணுக்கள் ஒன்றிணைந்தால், அதற்கு சேர்மம் (compound) என்று பெயர். இந்த சேர்மத்தின் அடிப்படை, மூலக்கூறு (molecule) எனப்படும்.

ஒளவையாரும் அணுப்பிளவும்

அணுவைப் பிளக்க முடியுமா என்பதைக் கற்பனை செய்து பார்த்த முதல் மனித மூளை, அநேகமாக ஒளவையாருடையதாகத்தான்

இருக்கும். அணுவைப் பிளந்து அதில் எழு கடல்களையும் உள்ளே கொண்டுபோவது என்றால், அது என்ன சாதாரண கற்பனையா?

ஏதாவது ஒரு தனிமத்தின் ஓர் அணுவை எடுத்து, அதற்குள்ளே என்ன இருக்கிறது என்று பார்ப்போம்.

ஒவ்வோர் அணுவுக்குள்ளும் மூன்று விதமான பொருள்கள் உள்ளன. அவை எலெக்ட்ரான், புரோட்டான், நியூட்ரான் என்று பள்ளி நாட்களி லேயே படித்திருப்பீர்கள். இந்த எலெக்ட்ரானைத்தான் தமிழில் மின்னணு என்கிறோம்.

இந்த எலெக்ட்ரான், புரோட்டான், நியூட்ரான் சமாசாரங்கள் அனைத்துமே இயற்கையாகவே உருவானவை. இந்தப் பிரபஞ்சம் உருவான காலம் தொட்டே இருந்து வருபவை. இந்த எலெக்ட் ரானிலும் புரோட்டானிலும் மின்சக்தி பொதிந்து உள்ளது. இதனை மின்னூட்டம் என்கிறோம். நியூட்ரானில் மின்சக்தி எதுவும் கிடையாது. எலெக்ட்ரான், புரோட்டான் ஆகிய இரண்டிலும் ஒரே அளவு மின்னூட்டம்தான் உள்ளது. ஆனால் இரண்டிலும் எதிரெதிர் தன்மையுடன் மின்னூட்டம் இருக்கிறது. எலெக்ட்ரானின் மின்னூட்டம் எதிர்மறை. அதாவது, மைனஸ். புரோட்டானின் மின்னூட்டம் நேர்மறை. அதாவது, ப்ளஸ்.

மின்சக்தி உள்ள எலெக்ட்ரான்களும் புரோட்டான்களும் ஏதோ தனிமங்களில் மட்டும்தான் இருக்கின்றது என்று நினைக்காதீர்கள். நம் உடலிலும் இருக்கிறது. மரம், செடி, கொடி, கல், மண் என்று உயிருள்ள, உயிரற்ற எல்லாப் பொருள்களுமே எலெக்ட்ரான்கள், புரோட்டான்கள், நியூட்ரான்கள் ஆகியவற்றால் ஆனவைதான்.

எலெக்ட்ரான், புரோட்டான் ஆகிய மின்னூட்டம் உள்ள பொருள் களைச் சுற்றி மின் புலம் (Electrical Field) ஒன்று இருக்கும். எப்படி காந்தத்தைச் சுற்றி காந்தப் புலம் இருக்கிறதோ, அதேபோல மின்னூட்டம் உடைய ஒரு பொருளின் அருகில் மின் புலம் இருக்கும்.

உங்கள் வீட்டில் உள்ள கம்பளித்துணி அல்லது பட்டுத்துணி ஒன்றை எடுத்து அதில் சீப்பு ஒன்றை வைத்து அழுத்தி, 'பரபர' என்று தேய்த்துப் பாருங்கள். பின், அந்த கம்பளித்துணி அருகில் உங்கள் கையைக் கொண்டு செல்லுங்கள். உங்கள் கையில் உள்ள முடி நேராகி, அந்தத் துணியால் ஈர்க்கப்படுவதைப் பார்ப்பீர்கள் இல்லையா? ஏன் இப்படி நடக்கிறது?

சீப்பிலிருக்கும் மின்னணுக்கள் அதிலிருந்து வெளியேறி கம்பளி அல்லது பட்டுத்துணி இழைகளுக்குள் சென்று விடுகின்றன. இதனால் கம்பளி எதிர்மறை மின்னூட்டத்தையும், சீப்பு நேர்மறை

மின்னூட்டத்தையும் பெற்று, உடனே தம்மைச் சுற்றி மின் புலத்தை உருவாக்குகின்றன. இந்த மின்புலம் நம் கையில் உள்ள முடி, சின்னச் சின்ன தாள் ஆகியவற்றைத் தம்மை நோக்கி இழுக்கின்றன.

மின்கடத்தி

அரிசியைக் கடத்தலாம்; தங்கத்தைக் கடத்தலாம். ஆனால் மின்சாரத்தைக் கடத்திக்கொண்டு போக முடியுமா? நிச்சயமாக முடியும். எல்லாப் பொருள்களுமே மின் சக்தி உடைய எலெக்ட்ரான், புரோட்டான் ஆகியவற்றால் ஆனது என்று சொன்னோம் அல்லவா? எந்தப் பொருளில் எல்லாம் எலக்ட்ரானும் புரோட்டானும் இருக்கின்றதோ, அந்தப் பொருள்கள் எல்லாம் மின்சாரத்தை கடத்திச் செல்லக் கூடியவை தான். இந்த மின்சாரக் கடத்திகள் நல்லவர்கள். இவர்கள் மின்சாரத்தைக் கடத்திக்கொண்டு வராவிட்டால், நம் வீட்டில் விளக்கு எரியாது.

ஆனால், எல்லாப் பொருள்களுமே ஒரேமாதிரியாக மின்சாரத்தைக் கடத்தாது.

ஒரு இடத்தில் வரிசையாக பல சைக்கிள்கள் நிற்கின்றன. ஒரு கோடியில் இருக்கும் சைக்கிளை கொஞ்சம் தள்ளிவிடுங்கள். என்ன ஆகும்? முதல் சைக்கிள் இரண்டாவதின் மேல் விழும். அது மூன்றா வதைத் தள்ளும். மூன்றாவது நான்காவதின் மீது மோதும். இப்படியாக சைக்கிள்கள் அத்தனையும் அடுத்தடுத்து மோதி, வரிசையாகக் கீழே விழும். தமிழ் சினிமாக்களில் வரும் சண்டைக் காட்சிகளில், இந்த சீன் மிகவும் பாப்புலர்.

இதே மாதிரி சில பொருள்கள் உண்டு. இந்தப் பொருள்களை நீண்ட கம்பிகளாக்கி, ஒரு பக்கம் கொஞ்சம் எலெக்ட்ரானை உள்ளே செலுத்தினால், அதிலிருக்கும் அணுக்கள் உள்ளே வந்த எலெக்ட் ரான்களை ஏற்றுக்கொண்டு, தனக்குப் பக்கத்தில் இருக்கும் அணுக்கள் மீது மோதும். அதில் இருக்கும் எலெக்ட்ரான்கள் அதற்குப் பக்கத்தில் இருக்கும் அணுக்கள் மீது மோதும். இப்படியாக சைக்கிள்கள் கீழே விழுவது போல, வரிசையாக ஒருபக்கம் வந்த எலெக்ட்ரான்கள் இன்னொரு பக்கம் இருக்கிற எலெக்ட்ரான்களோடு மோதி வெளியே தள்ளும்.

இப்படி எலெக்ட்ரான்கள் ஒரு கம்பி வழியாக ஒரு முனையில் இருந்து இன்னொரு முனைக்கு மோதிக்கொண்டு ஓடுவதுதான் மின்சாரம் அல்லது எலெக்ட்ரிசிடி என்கிறோம்.

இந்த எலெக்ட்ரான்கள் எல்லாப் பொருள்களிலும் ஒரே மாதிரியாகச் செயல்படுவதில்லை. சில பொருள்களில் தடையே இல்லாமல் வேகமாக ஓடும். சிலவற்றில் கழுத்தைப் பிடித்துத் தள்ளினாலும்

நகரவே நகராது. இன்னும் சிலவற்றில் கொஞ்சம் கொஞ்சமாக முன்னேறும். மனிதன் செய்த அதிர்ஷ்டம், இந்த மூன்று விதமான பொருள்களும் அவனுக்குக் கிடைத்திருப்பதுதான். இந்த மூன்றுமே நமக்குக் கட்டாயம் தேவை.

மின்சாரம், அதிகத் தடை ஏதும் இல்லாமல் தடதடவென செல்லும் பொருள்தான் மின்கடத்தி. பொதுவாக, உலோகங்கள் நல்ல மின்கடத்திகள். உதாரணம் - தங்கம், வெள்ளி, இரும்பு, அலுமினியம், செப்பு என இப்படியாக பலப்பல.

எலெக்ட்ரானுக்கும் காந்தத்துக்கும் கல்யாணம்!

வாளை மீனுக்கும் விலாங்கு மீனுக்கும் கல்யாணம் என்கிற மாதிரி, மின்சக்திக்கும் காந்தசக்திக்கும் கல்யாணம் நடந்தால் எப்படி இருக்கும்? இப்படி ஒரு கேள்வி விஞ்ஞானிகளுக்குப் பிறந்தது.

காரணம், மின்சக்தியும் காந்தசக்தியும் நெருங்கிய உறவுடையன. மின்புலமும் காந்தப் புலமும் ஒரே மாதிரியான தன்மையுடையன என்பதைப் பல ஆராய்ச்சிகள் செய்து கண்டுபிடித்தார்கள் விஞ்ஞானிகள்.

அதாவது, மின்சக்தியை காந்த சக்தியாக மாற்றலாம். காந்த சக்தியை மின்சக்தியாக மாற்றலாம். எப்படி?

ஒரு நிலையான காந்த மண்டலத்தில், ஒரு மின்கடத்திச் சுருள் (Electrical conductor Coil) ஒன்றினைச் சுழற்றுவோமேயானால், அந்த கடத்திச் சுருளின் முனைகளில் மின் அழுத்தம் ஏற்படும்.

மின் அழுத்தம் ஏற்படும் என்றால், ஒரு பக்கத்திலிருந்து எலெக்ட் ரான்கள் கிளம்பி மற்றொரு முனையை நோக்கிச் செல்ல ஆரம்பிக்கும். மறுமுனையில் மின்சாரம் பிறக்கும்!

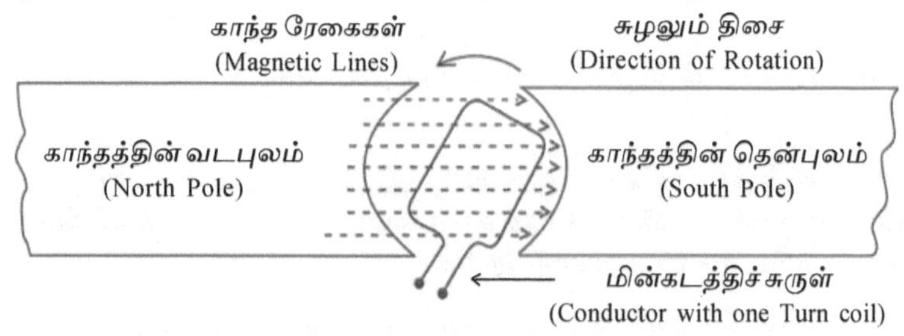

படம்-1

ஒரு காந்தத்தை வளைத்து, வடக்கு-தெற்கு துருவங்களுக்கு இடையில் இடைவெளி ஒன்றை ஏற்படுத்திக் கொள்ளுங்கள். ஒரு செப்புக் கம்பியை சுருளாக வளைத்து எடுத்துக் கொள்ளுங்கள். இந்த மின்சுருளை, காந்தத்தின் துருவங்களுக்கு இடையில் சுழற்றினால் போதும். இந்த மின்கடத்திச் சுருளில் மின்சாரம் பாயத் தொடங்கிவிடும்.

இந்த விதி, மிகவும் எளிமையான ஒன்று. இவ்வாறு உற்பத்தியாகும் அல்லது தோன்றும் மின் அழுத்தம், காந்த மண்டலத்தில் உள்ள காந்த சக்தியின் அளவு (வலிமை), கடத்திச் சுருளில் அமைந்துள்ள சுருளின் எண்ணிக்கை மற்றும் கடத்திச் சுருளின் சுழலும் வேகம் ஆகியவற்றை (Strength of Magnetic field, number of Turns in the coil, speed of rotation of the coil) பொருத்தே அமைகின்றது. இத்தனைக்கும் அப்பால், நாம் தேர்ந் தெடுத்த மின் கடத்தி, நல்ல தரம் வாய்ந்த கடத்தியாக (Good conductor of Electricity with very low resistance) இருக்க வேண்டும் என்பது அவசியத்திலும் அவசியம்.

இதனைக் கண்டறிந்தவர் மாமேதை மைக்கேல் பாரடே (Micheal Faraday) என்னும் விஞ்ஞானி. இவர் தனது கண்டுபிடிப்பை நிரூபித்துக் காட்டிய வருடம் 1831-ம் ஆண்டு.

மேலே உள்ள வரைபடத்தில், ஒரே ஒரு கடத்திச் சுருள் மட்டும் காட்டப்பட்டுள்ளது. ஒரு சுருளுக்குப் பதிலாக பல சுருள்கள் கொண்ட கடத்தியை சுழற்றவும் இயலும். அந்த நிலையில், கிடைக்கும் மின்சாரத்தின் அளவு அதிகரிக்கும். ஒரு குழாயை எடுத்துக்கொண்டு அதன் மீது கம்பியை அழுத்தியவாறு, பல சுருள்களைச் சுற்றி வைக்கலாம். அத்துடன் ஒரே ஒரு காந்தத்துக்குப் பதில் சுருள் சுற்றும் வட்டப்பாதையில் பல காந்தங்களை வைக்கலாம். இவற்றின்மூலம் அதிகமான அளவு மின்சாரம் தயாரிக்க முடியும்.

இப்படி கம்பிச் சுருள் சுழன்றுகொண்டே இருந்தால் அதிலிருந்து உருவாகும் மின்சாரத்தை வெளியே எடுப்பது எப்படி? விஞ்ஞானிகள் முறையாக யோசித்தார்கள். தீர்வு கிடைக்கவில்லை. ஆனால், கொஞ்சம் 'மாத்தி யோசி'த்தார்கள். ஆஹா! தீர்வு கிடைத்துவிட்டது.

கம்பியை அப்படியே வைத்துவிடுவோம். அதைச் சுற்றுவதற்குப் பதிலாக வெளியே உள்ள காந்தங்களைச் சுழற்றினால் என்ன? அட! சூப்பர் ஐடியா என்று தோன்றுகிறதா? நிச்சயமாக சூப்பர் ஐடியாதான். காந்தத்தை அப்படியே வைத்து உள்ளே இருக்கும் கம்பிச்சுருளைச் சுழற்றினாலும், கம்பிச்சுருளை அப்படியே வைத்து வெளியே இருக்கும் காந்தத்தைச் சுழற்றினாலும் ஒரே விளைவுதான் ஏற்படும், ஒரே மாதிரியான மின் அழுத்தம்தான் உருவாகும், ஒரே அளவு மின்சாரம்தான் கிடைக்கும்.

இவ்வளவுதான் சாமி. மின்சாரம் எப்படி உற்பத்தியாகிறது என்று நீங்கள் முழுமையாகத் தெரிந்துகொண்டு விட்டீர்கள்!

மின்சாரம் உற்பத்தி செய்ய என்ன வேண்டும்? காந்தங்கள், மின்கடத்திச் (உலோகம்) சுருள். காந்தத்தை எப்படியாவது சுற்ற வைக்க வேண்டும். இந்த மூன்றும் ஒகே என்றால், மின்கடத்திச் சுருளில் மின்சாரம் ஜாலியாக உற்பத்தி ஆகும். அதை வைத்து விளக்கு, ஃபேன், ஏ.சி. என்று ஜமாய்க்கலாம்.

மின்சாரம் உற்பத்தி செய்யப்படும் முறையினைப் பற்றி விரிவாக அறிந்துகொள்ளும் முன்பு, மின்னியலில் உள்ள சில அடிப்படைச் சொற்களையும் அதன் பொருள் விளக்கத்தையும் தெரிந்துகொள்வது அவசியம்.

மின் கடத்திகள் (Conductors of Electricity)

தன் வழியே மின்சாரம் பாய்வதற்கு அல்லது மின்னோட்டத்தை அனுமதிப்பதற்கு, மிகக் குறைந்த அளவு தடைகளைக் கொடுக்கக் கூடிய பொருள்களுக்கு மின் கடத்திகள் (Conductors) என்று பெயர். இதைப்

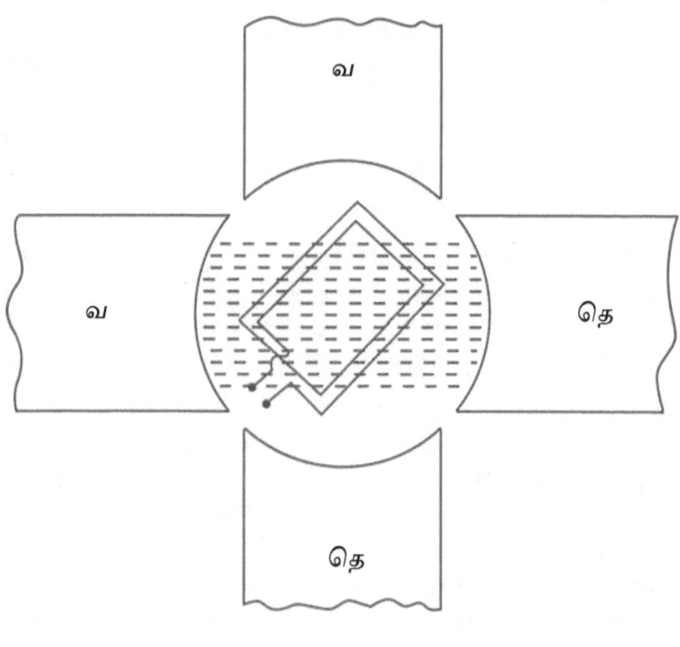

படம்-2

பற்றிய அறிமுக விளக்கத்தை நாம் ஏற்கெனவே மேலே பார்த்துவிட்டோம்.

இப்படிக் கடத்திகள் என்று பொதுவாகக் குறிப்பிட்டாலும் இவற்றை மூன்று வகையாகப் பிரிக்கலாம். அவை திட (Solid), திரவ (Liquid) மற்றும் வாயு (Gas) ஆகிய மூன்று நிலைகளிலும் அவதாரம் எடுக்கும். திடக் கடத்திகள் என்பவை உலோகங்களால் ஆன பொருள்களைக் குறிப்பதாகும். உலோகங்களில் பெரும்பாலானவை சிறந்த மின் கடத்திகளே. எனினும், தங்கமும் (Gold) வெள்ளியும் (Silver) மிகச் சிறந்த கடத்திகள் ஆகும். நமது தேவைக்கேற்ற அளவு தங்கத்தையும் வெள்ளி யையும் நாம் மின் கடத்திகளாகப் பயன்படுத்த வேண்டுமானால், நம் நாட்டுப் பெண்கள் கழுத்தில் போட்டுக்கொள்ள நகைகளே கிடைக்காது. இப்போதே தங்கத்தின் விலை ஜெட் வேகத்தில் பறக்கிறது. எனவே, தங்கத்தை விட்டுவிடலாம்.

சில குறிப்பிட்ட அதிநுட்பம் வாய்ந்த மின் அளவைக் கருவிகளில் (Most sensitive and precise Measurements and Instruments), வெள்ளியை கடத்தியாகப் பயன்படுத்துகிறார்கள். ஆனால், வெள்ளியும் விலை உயர்ந்தது என்பதால் அதையும் விட்டுவிடுவோம்.

மொத்த உலோகங்களின் வரிசையில் தங்கத்தையும் வெள்ளியையும் நீக்கிவிட்டுப் பார்த்தால், அடுத்து நமக்குக் கிடைக்கும் நல்ல மின் கடத்தி, செப்புதான் (செம்பு, தாமிரம் என்று தமிழில் அழைக்கப் படுவது. ஆங்கிலத்தில் Copper என்பார்கள்). இந்த செப்பைக் கொண்டு மின் கம்பிகள் (Wires), மின் வடங்கள் (Electric Cables), மின் தொடுகைகள் (Electrical Contactors) மற்றும் அனைத்து வகையான மின் சுற்றுகள் (Coils) தயாரிக்கப் பயன்படுத்துகிறோம்.

மின்சார இரயில்களின் மேலே, தொடர்ந்து மின்சாரத்தை எடுத்துச் செல்லும் தடங்கள் செப்பால் ஆனவையே!

மின் தேவை நாளுக்கு நாள் அதிகரித்துக்கொண்டே போகின்ற நிலையில், மின் கம்பிகளைத் தயாரிக்க செப்பு கிடைக்காமல் தட்டுப் பாடு ஏற்படத் தொடங்கியது. இத்தகைய சூழ்நிலையில், விலை குறைவானதாகவும், அதிகம் கிடைக்கக்கூடியதுமான உலோகத்தின் பக்கம் நம் பார்வையைச் செலுத்தவேண்டிய கட்டாயம் ஏற்பட்டது. அதன் விளைவாக அலுமினியம் (Aluminium), மின் கடத்திக்கான தேர்வில் வெற்றி கண்டது. இந்த உலோகம் செப்பைப் போன்று ஏறக்குறைய அறுபது சதவிகிதம் மின்சாரத்தைக் கடத்தும் தன்மை கொண்டதாகும்.

ஜெர்மன் வெள்ளி (German Silver), மாங்கனின் (Manganin) போன்ற உலோகக் கலவைகளும் மின்சாரக் கடத்திகளாகப் பயன்

படுத்தப்படுகின்றன. மேலும், இரும்புக் கம்பிகளின் (Steel wires) மீது அதிக வெப்பத்தில் துத்தநாக மேற்பூச்சு செய்யப்பட்டும் (Hot dip Galvanized at 400 Degree C) மின் கடத்திகள் தயாரிக்கப்படுகின்றன. இத்தகைய கடத்திகள், தபால் தந்தித் துறையினரால் தந்திக் கம்பங்களில் (Telegraphic Lines) பயன்படுத்தப்படுகின்றன.

உலோகங்கள் தவிர்த்து அலோகங்களில் (Non metals), கரி (Carbon) ஒரு சிறந்த மின் கடத்தியாகும். இவை பெரும்பாலும் பொறி விளக்குகள் (Arc Lamps), மின் கலங்கள் (Battery cells), இழை விளக்குகள் (Filament Lamps) மற்றும் மின்தடைக் கருவிகளில் (Rheostats) அதிகம் பயன்படுத்தப் படுகின்றன. பொறி விளக்குகள் என்பன, சினிமா தியேட்டர்களில் படத்தைத் திரையில் காண்பிக்கப் பயன்படுத்தப்படும் விளக்காகும்.

திடப் பொருள்களைக் கடந்து திரவப் பொருள்களுள் நுழைந்தால், நீர் நம் பார்வையில் படுகின்றது. அதி சுத்தமான தண்ணீர், மின்சாரத்தைக் கடத்தாது என்பது பலருக்கும் தெரியாத உண்மை! 'சுத்தமான' என்றால்? நம் கண்பார்வைக்கு சுத்தமாகத் தெரிந்தால் மட்டும் போதாது. நீருக்குள் நம் கண்ணுக்குப் புலப்படாது கரைந்து போயுள்ள திரவம் மற்றும் வாயுக்களும் தண்ணீரை அசுத்தப்படுத்தி விடுகின்றன.

இன்னமும் நம்மில் பலர், மழைநீரை சுத்தமான தண்ணீர் என்று நம்பிக் கொண்டிருக்கிறோம். கடல் மற்றும் நீர்நிலைகளில் இருக்கும் தண்ணீர் ஆவியாக மாறி வானுக்குச் சென்று குளிர்விக்கப்பட்டு மீண்டும் மழையாகக் கொட்டுகிறது என்ற அளவில் மழைநீர் சுத்தமானதுதான். ஆனால், மழைநீர் கீழே பூமியை நோக்கி வரும்போது காற்றில் கலந்துள்ள எண்ணற்ற அசுத்தங்கள் அந்நீருடன் கலந்தும் கரைந்தும் விடுகின்றன. எனவே, மழைநீர் சுத்தமான தண்ணீர் அல்ல.

நல்ல தண்ணீருடன் (சுத்தமான தண்ணீருடன் என்று எடுத்துக் கொள்ள வேண்டிய அவசியம் இல்லை), காரம் (Base) அல்லது அமிலம் (Acid) ஏதாவது ஒன்றினைச் சேர்ப்பதன் மூலம் இந்த தண்ணீர்க் கலவையை, சிறந்த மின் கடத்தியாக மாற்றலாம். சேமக் கலங்களில் (Storage Batteries) நீர்த்த கந்தக அமிலம் (Diluted sulphuric Acid) மின் கடத்தும் பொருளாகப் பயன்படுத்தப்படுகிறது. நாம் அன்றாடம் பயன்படத்தும் கார் அல்லது பேருந்தில் உள்ள மின் கலங்களில் (Batteries) மின் கடத்தியாகப் பயன் படுத்தப்படுவது நீர்த்த அமிலங்கள்தான் (Diluted Sulphuric Acid or Diluted Hydrochloric Acid).

திட மற்றும் திரவக் கடத்திகளை அடுத்து வாயுப் பொருள்கள், பொது வான வெப்ப நிலையிலும் அதிக அழுத்த நிலையிலும் (At Higher Pressures) மின்சாரத்தைக் கடத்துகின்றன. உதாரணமாக, நாம் அன்றாடம் வீடுகளில் பயன்படுத்தும் குழல் விளக்குகளில் (Tube

Lights) பாதரச ஆவிதான் (Mercury Oxide) கடத்தியாகப் பயன் படுத்தப்படுகிறது. அதேபோல் சாலைகளில் தங்க நிறத்தில் ஒளி உமிழ்ந்து கொண்டிருக்கும் சோடியம் விளக்குகளிலும் (High Pressure Sodium Vapour) சோடிய ஆவிதான் கடத்தியாகப் பயன்படுத்தப் படுகிறது. இவற்றைப் போலவே பாதரச ஆவி விளக்குகளும் நடை முறையில் உள்ளவைதான்.

மின் கடத்தாப் பொருள்கள் (Insulators)

மின் கடத்திகளைப் போலவே மின்சாரத்தைக் கடத்தாத பொருள்களும் உண்டு. முன்பு கூறியது போல், மிகவும் சுத்தமான தண்ணீர் மின்சாரத்தைக் கடத்தாது. அதாவது, தன் வழியே பாயும் மின்சார ஓட்டத்துக்கு எந்தப் பொருள் மிக அதிகமான மின்தடையைக் (Resistance) கொடுக்கிறதோ, அந்தப் பொருளுக்கு மின் கடத்தா பொருள் என்று பெயர். இத்தகைய பொருள்களுக்கு உதாரணமாக - மரம், துணி, பீங்கான், மைக்கா (Mica), ரப்பர் (Rubber) ஆகியவற்றை கூறலாம்.

இதனால்தான், காலில் ரப்பர் செருப்பு அணிந்து மின்விளக்குகளை மாற்றுகிறோம். கையில் ரப்பர் கிளவ்ஸ் அணிந்து, மின்சார ஊழியர் மின்கம்பத்தில் ஏறுகிறார். மின்சாரக் கம்பங்களில் பீங்கானால் ஆன குமிழ்கள் இருப்பதை நீங்கள் பார்த்திருக்கலாம்.

சில வகை தாது எண்ணெய்களும் (Mineral Oils) மின் கடத்தா வகையைச் சார்ந்தவையே. அதேபோல், கண்ணாடி மின்சாரத்தைக் கடத்தாது.

இந்த மின் கடத்தாப் பொருள்கள், மின் கடத்திகளுக்கு மேல் தடுப்பு அரணாக இருந்து நம்மைக் காக்கின்றன. மின்சார வயரின் மேல் பிளாஸ்டிக்கால் ஆன உறை உள்ளது. இதனால்தான் மின்சாரம் அந்த வயருக்கு உள்ளே சென்றாலும், நாம் வயரின் மேல்பக்கத்தை - பிளாஸ்டிக்கை - தொட்டால் நமக்கு ஷாக் அடிப்பதில்லை.

குறை கடத்திகள் (Semi conductors)

சில பொருள்கள், மின் கடத்திக்கும் மின் கடத்தாப் பொருள்களுக்கும் இடையே இரண்டும் கெட்டானாக இருக்கும். இந்த இரண்டும் கெட்டானால் நமக்கு எவ்வளவு நன்மைகள் தெரியுமா? இவை இல்லா விட்டால் கம்ப்யூட்டரே கிடையாது! செமி கண்டக்டர் - அதாவது குறை கடத்தி - எனப்படும் பொருள்களின் மூலமாகத்தான், இன்றைய மின்னணுவியல் (Electronics) பல்கிப் பெருகி மாபெரும் துறையாக வளர்ந்துள்ளது.

எடுத்துக்காட்டாக, ஜெர்மேனியம் (Germanium), சிலிக்கான் (Silicon), ஆன்டிமனி (Antimony), கந்தகம் (Sulphur) போன்ற பொருள்களைச்

சொல்லலாம். இந்த சிலிகான் என்பது என்ன தெரியுமா? மண். ஆமாம், மண்ணேதான்! ஆனால், மண்ணிலிருந்து நிறைய சுத்தம் செய்து பிரித்தெடுத்து தூய்மையான சிலிக்கானாக மாற்றி, அதன்பிறகு மேலும் பல சித்துவேலைகள் செய்து மிக மெல்லிய தகடாக்கி அதில் ஆயிரக் கணக்கான டிரான்சிஸ்டர்களை உருவாக்கி, மின்னணுக் கருவிகளைத் தயாரிக்கிறார்கள்.

இந்தியாவில் இப்பொழுதுதான் செம்-இண்டியா என்ற பெயரில் ஆந்திரப் பிரதேசத்தில், குறை கடத்தி சர்க்யூட்கள் தயாரிக்கும் தொழிற்சாலை நிறுவப்பட்டுள்ளது. மற்றபடி இந்தத் தொழில்நுட்பம் இந்தியாவில் கிடையாது. ஆனால் அமெரிக்கா, சில ஐரோப்பிய நாடுகள், ஜப்பான், தென் கொரியா, தைவான், சீனா போன்ற நாடுகள் - குறை கடத்தி தொழில்நுட்பத்திலும் தயாரிப்பிலும் முன்னணியில் உள்ளன.

மின்னோட்டம் (Current)

பொதுவாக மின்தடை ஏற்பட்டால் அல்லது மின்சாரம் நின்று போனால், 'கரண்ட் போச்சு' என்கிறோம். மின்சாரத்தை, கரண்ட் என்று குறிப்பது நம் மக்கள் வழக்கம். ஆனால், மின்இயலில் மின் னோட்டத்துக்குத்தான் 'கரண்ட்' என்று பெயர் சூட்டப்பட்டுள்ளது. ஒரு மின் கடத்தியில் நிகழும் மின்னணுக்களின் ஓட்டத்தைத்தான் மின்னோட்டம் என்று குறிப்பிடுகிறோம். ஒரு கடத்தியில் நிகழும் மின்னோட்டம் என்பது, அதன் இருமுனைகளுக்கு இடையே ஏற் படும் மின் அழுத்த வேறுபாட்டையும் (Potential Difference) மின் தடையையும் (Resistance) பொறுத்தது ஆகும். மின்னோட்டத்தை 'ஆம்பியர்' என்ற அலகால் (Unit) குறிப்பிடுகிறோம். மின்னியலில் இது I என்ற ஆங்கில எழுத்தால் குறிப்பிடப்படுகிறது.

மின் அழுத்த வேறுபாடு (Potential Difference)

ஒரு மின் இணைப்பில், ஒரு குறிப்பிட்ட புள்ளியில் இருந்து மற்றொரு குறிப்பிட்ட புள்ளிக்கு ஒரு குறிப்பிட்ட மின் ஊட்டத்தை (Electrical charge, measured in Coulomb) நகர்த்திச் செல்ல எவ்வளவு வேலை செய்யப் படுகிறதோ, அந்த வேலையே மின் அழுத்த வேறுபாடு என்று அழைக் கப்படுகிறது.

இதை ஒருவிதத்தில் தண்ணீர் மட்டத்தை உதாரணமாகக் கொண்டு விளக்கலாம். ஒரு பக்கெட்டில் நீரை நிரப்பி, அடிப்பகுதியில் பக்க வாட்டில் ஓர் ஓட்டையைப் போடுங்கள். தண்ணீர், அந்த ஓட்டை வழியே வெளியே பீய்ச்சி அடிக்கும். பக்கெட்டில் அதிக உயரம் நீர் இருந்தால், தண்ணீர் வெகுதூரம் அடிக்கும். பக்கெட் தண்ணீரின் அளவு குறையக் குறைய, தண்ணீர் வெளியே அடிக்கும் தூரம் குறைந்து வேகமும் குறையத் தொடங்கும்.

தண்ணீர் உயரம் அதிகமாக இருந்தால் அதன் பொடென்ஷியல் அதிகமாக இருக்கும். உயரம் குறையக் குறைய பொடென்ஷியல் குறையும். இங்கு பொடென்ஷியல் என்பது தண்ணீர் அழுத்தம்.

அதேபோல, மின்சாரத்தில் பொடென்ஷியல் என்பது மின் அழுத்தம்! இரண்டு முனைகளுக்கு இடையே பொடென்ஷியல் அதிகமாக இருந்தால் - அதாவது மின் அழுத்த வித்தியாசம் அதிகமாக இருந்தால் - மின்னோட்டமும் அதிகமாக இருக்கும். மின் அழுத்த வித்தியாசம் குறைந்தால் மின்னோட்டமும் குறைவாக இருக்கும்.

இந்த மின் அழுத்த வேறுபாடு வோல்ட் என்னும் அலகால் (Unit) அளக்கப்படுகிறது (நம் இல்லங்களில் 220 வோல்ட் மற்றும் 440 வோல்ட் என்று குறிப்பிடுவது இதைத்தான்). பொதுவாக, இந்த 'வோல்ட்' என்பதை ஆங்கில எழுத்து 'V' மூலம் குறிப்பிட்டு வருகிறோம்.

வோல்ட், வோல்டேஜ் என்ற சொற்களை வீடுகளில் பெரிதும் பயன் படுத்துகிறோம். திடீரென மின்விளக்கு மங்கி எரிந்தால் 'வோல்டேஜ் குறைஞ்சிடுச்சு' என்று சொல்கிறோம் அல்லவா? அதாவது ஒரு குறிப்பிட்ட மின்தடை உள்ள மின்விளக்கு, வோல்டேஜ் குறையும் போது - மின் அழுத்தம் குறையும்போது - குறைந்த மின்னோட்டம்தான் கிடைக்கிறது. இதனால் பிரகாசம் குறைகிறது; விளக்கு மங்குகிறது.

மின்தடை (Resistance)

ஒரு மின் கடத்தியின் வழியாக மின்னோட்டம் நிகழும்போது, அக்கடத்தி தன்னுள் நகரும் மின்னணுக்களுக்கு ஒருவித எதிர்ப்பைக் கொடுக்கிறது. இந்த எதிர்ப்பைத்தான் நாம் மின்தடை (Resistance) என்கிறோம். இந்த மின் தடை, ஓம் (Ohm) என்ற அலகால் அளக்கப் படுகிறது. இதனை 'R' என்னும் ஆங்கில எழுத்தால் குறிப்பிடுகிறோம். ('ஓம்' என்றவுடனே பக்திப் பிழம்பாகி விட வேண்டாம்!).

மின் திறன் (Power)

பொதுவாக, திறன் என்பதை வேலை செய்யும் விகிதம் என்று விளக்கலாம், (இன்னமும் நமது பேச்சு வழக்கில், ஒருவரைக் குறிப்பிட்டு புகழ்ந்து கூறும்போது 'அவர் ரொம்ப திறமைசாலி, இந்த வேலையை ஒருமணி நேரத்தில் முடித்துவிடுவார்' என்று கூறுகிறோமே, அது இதுதான்). ஒரு குறிப்பிட்ட கால அளவையில் (Unit time) செய்யப்படும் வேலையின் அளவையே திறன் என்று குறிப்பிடுகிறோம்.

சக்தியை 'ஜூல்' (Joule) என்னும் அலகால் குறிப்பிடுகிறோம். திறன் என்பது ஒரு விநாடியில் எவ்வளவு ஜூல் சக்திக்கு வேலை செய்யப்பட்டிருக்கிறது என்பது. இதை 'வாட்' (Watt) என்னும் அலகால் குறிப்பிடுகிறோம்.

இந்தப் பெயர்களெல்லாம் - கூலூம், ஆம்பியர், வோல்ட், ஓம், ஜூல், வாட் - எங்கிருந்து வந்தன? இவை எல்லாமே பல்வேறு அறிவியல் அறிஞர்களின் பெயர்கள். இவர்கள் அனைவருமே பல்வேறு காலகட்டங்களில் மின்னியல் துறையில் ஆராய்ச்சி செய்தவர்கள். அவர்களை நினைவுகூரும் பொருட்டு அத்தனை பெயர்களையும் ஏதாவது ஓர் அளவையாக மாற்றிவிட்டார்கள்!

இந்த 'வாட்' என்பது நாம் தினமும் பயன்படுத்தும் விஷயம். ஆயிரம் வாட் அளவுள்ள திறனை, கிலோ வாட் என்கிறோம். (ஒரு கிலோ மீட்டர் என்றால், ஆயிரம் மீட்டர்கள் என்பது மாதிரி!). ஒரு நிமிஷத்துக்கு ஆயிரம் வாட் என்று ஒரு மணி நேரம் (60 நிமிடங்கள்) செலவு செய்தால், ஒரு யூனிட் என்கிறார்கள். இந்த ஒரு யூனிட் மின்சாரத்துக்குத்தான் உங்களிடம் காசு வசூல் செய்கிறார்கள்.

நம்மிடம் 40 வாட் பல்ப் ஒன்று இருக்கிறது என்று வைத்துக் கொள்ளுங்கள். இந்த பல்ப் ஒரு நாளைக்கு ஐந்து மணிநேரம் எரிகிறது. ஒரு மாதம், அதாவது முப்பது நாளைக்கு இப்படியே ஆகிறது என்று வைத்துக் கொள்ளுங்கள். மொத்தம் நாம் பயன்படுத்தியது = 30x5x40 = 6,000 வாட் அவர் = 6 கிலோ வாட் அவர் = 6 யூனிட்கள். யூனிட்டுக்கு ரூ.5 என்று வைத்துக் கொண்டால் அதற்கான செலவு = ரூ.30/-

இப்பொழுது நீங்களே உங்கள் வீட்டில் உள்ள ஒவ்வொரு எலெக்ட்ரிகல் சாமானையும் எடுத்துக்கொண்டு அதில் என்ன வாட்டேஜ் (கவனம் - வோல்டேஜ் அல்ல) உள்ளது என்று கண்டுபிடித்து, ஒரு மாதத்துக்கு எவ்வளவு மணி நேரம் அந்தக் கருவியைப் பயன்படுத்து கிறீர்கள் என்று கண்டுபிடித்தால், மின்சார வாரியம் எவ்வளவு சார்ஜ் வாங்குகிறார்கள் என்பதைத் தெரிந்துகொள்ள முடியும். உங்களது மின் கட்டணம் எவ்வளவு ஆகும் என்பதையும் சுலபமாகக் கண்டு பிடிக்கலாம்.

அதை வைத்து நம் வீட்டில் வைத்திருக்கும் மீட்டர் சூடு வைத்த மீட்டரா, வைக்காத மீட்டரா என்று கண்டுபிடிக்கலாம்!

திறன் என்று வரும்போது, 'குதிரை சக்தி' என்று ஒன்றைப் பற்றி கேட்டிருப்பீர்கள். பைக், கார் வைத்திருப்பவர்களுக்கு இது அதிகமாகத் தெரிந்திருக்கும். குதிரை சக்தி என்றால், அந்தக் காலத்தில் ஒரு குதிரை ஒரு விநாடியில் எவ்வளவு தூரம் ஓடும் என்பதை வைத்துக் கணக்கிட்டார்கள். அது நோஞ்சான் குதிரையா, சரித்திரக் கதைகளில் வரும் யவனப் புரவியா என்று யாருக்குத் தெரியும்? இந்த குதிரை சக்தி என்பது 735.5 வாட்களுக்குச் சமம். குதிரை சக்தியை HP என்ற எழுத்து களாலும், மின் திறனை 'P' என்ற எழுத்தாலும், 'வாட்' என்பதை 'W' என்ற எழுத்தாலும் குறிப்பிட்டுச் சொல்கிறோம்.

மின் உற்பத்தி நிலையங்களில், கிலோ வாட் என்பதும் சிறிய அலகாகக் கருதப்படுவதால், அங்கு மெகாவாட் (Mega Watt) என்ற அலகு பயன் படுத்தப்படுகிறது. ஒரு மெகாவாட் என்பது 'ஆயிரம் கிலோ வாட்'களுக்கு - அதாவது 10 லட்சம் வாட்களுக்குச் சமமானது.

மின் ஆற்றல் (Energy)

மின் ஆற்றல் என்பது, ஒருவகையில் மின்சாரம் வேலை செய்யும் திறமையைக் குறிப்பதாகக்கூட கருதலாம். அதாவது, ஒரு குறிப்பிட்ட மின் திறன் எவ்வளவு வினாடிகள் ஒரு மின் இணைப்பில் செலவழிக் கப்பட்டது என்பதே மின் ஆற்றல்.

மின் இயலில் உள்ள சில அலகுகளையும், பதங்களையும் மீண்டும் நினைவில் நிறுத்த உதவியாக, கீழ்க்கண்டவாறு பட்டியல் இடலாம்.

1. மின்னோட்டம் - ஆம்பியரைக் (Ampere) குறிக்கும் முறை I (A)

2. மின் அழுத்தம் - வோல்ட்டைக் (Volt) குறிக்கும் முறை V (V)

3. மின் தடை - ஓமைக் (Ohms) குறிக்கும் முறை R (R)

4. மின் திறன் - வாட்டைக் (Watt) குறிக்கும் முறை P (W)

5. மின் ஆற்றல் - யூனிட்டைக் (Unit) குறிக்கும் முறை KwHr.

ஒரு மின் இணைப்பில் மின்னோட்டம் என்பது, எப்போது எப்படி ஏற்படுகிறது என்பதை எளிமையான ஓர் உதாரணத்தின் மூலம் புரிந்து கொள்ளலாம்.

மேலே உள்ள படத்தில் A என்றும் B என்றும் குறிக்கப்பட்டவை இரண்டு தண்ணீர் தொட்டிகளாகும். இவை இரண்டும் ஒரு குழாய் மூலம் இணைக்கப்பட்டுள்ளன. இக்குழாயில் 'C' என்ற அடைப்பிதழ் (Stop Valve) பொருத்தப்பட்டுள்ளது.

A என்ற தொட்டியில் உள்ள நீர் முழு அளவும், 'B' என்ற தொட்டியில் நீரின் மட்டம் குறைவாகவும் உள்ளது. 'C' என்ற அடைப்பிதழ், மூடிய நிலையில் இருக்கும்போது A என்ற தொட்டியில் உள்ள நீரின் மட்டத்துக்கும், B என்ற தொட்டியில் உள்ள நீரின் மட்டத்துக்கும் உள்ள வித்தியாசம் 'h' ஆகும்.

இந்த நிலையில் 'C' என்ற அடைப்பிதழ் (Stop Valve) திறக்கப்பட்டால், தண்ணீர், A என்ற தொட்டியிலிருந்து இணைக்கப்பட்ட குழாய்களின் வழியே B என்ற தொட்டியை நோக்கிப் பாய்கிறது. உயர வேறுபாடு அமைவதால், நீரின் அழுத்தமும் வேறுபாடு அடைகிறது. சிறிது நேரம்

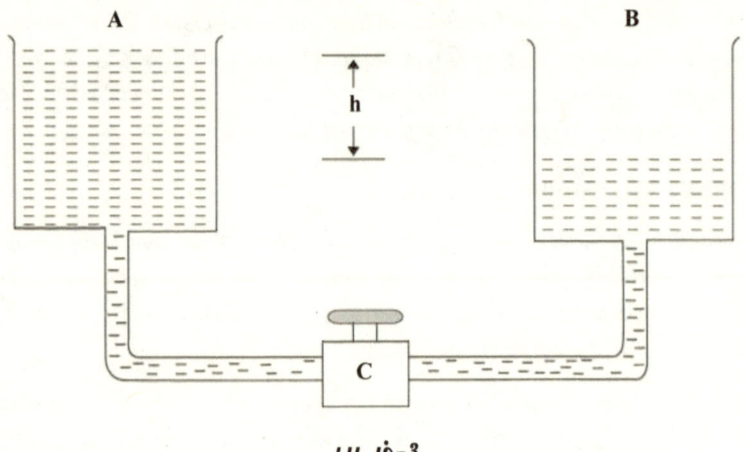

படம்-3

தண்ணீர் 'A'-யிலிருந்து 'B'-க்கு பாய்ந்த பின்னர், இரண்டு தொட்டிகளின் நீர் மட்டமும், ஒரே சமநிலையை அடைகின்றன.

இந்த நிலையை அடைந்த பின்னர், தண்ணீர் ஒரு தொட்டியிலிருந்து மறு தொட்டிக்கு ஓடுவது (செல்வது) தானாக நின்றுவிடுகிறது. அதாவது, அடைப்பிதழ் திறந்திருந்த நிலையிலும் தண்ணீர் ஓட்டம் நின்று விடுகிறது. இதற்கு முக்கிய காரணமே, இரண்டு தொட்டிகளின் நீர் மட்டத்துக்கும் உயர வேறுபாடு, அதாவது - அழுத்த வேறுபாடு இல்லாது போனதேயாகும். இதிலிருந்து, அழுத்த வேறுபாடு இருந்தால்தான் தண்ணீர் ஓர் இடத்திலிருந்து மற்றோர் இடத்துக்குப் பாயமுடியும் என்பது புலனாகிறது.

இதேபோல், மின் அழுத்த வேறுபாடு (Potential Difference) இருந்தால் தான், மின்னோட்டம் ஓரிடத்திலிருந்து மற்றோர் இடத்துக்குப் பாய முடியும். இந்த ஒப்புவமையில், நாம் தண்ணீரின் ஓட்டத்தை மின்னோட்டத்துடனும், நீரின் அழுத்த வேறுபாட்டை மின் அழுத்த வேறுபாட்டுடனும் ஒப்பிடலாம். அது மட்டுமின்றி, மெல்லிய குழாயாக இருந்தால் தண்ணீர் பாயும் பொழுது தண்ணீரின் ஓட்டத்துக்கு அதிகத் தடை ஏற்படும். இதுவே குண்டான குழாயாக இருந்தால், தண்ணீரின் ஓட்டத்துக்குக் குறைந்த தடையே ஏற்படும் என்பதும் தெளிவாகிறது.

இதேபோல், மின்சாரம் குறைந்த விட்டமுள்ள மெல்லிய கடத்திகளின் வழியே பாயும் பொழுது, கடத்தி மின்னோட்டத்துக்கு அதிகத் தடையும், பெரிய விட்டமுள்ள பருமனான கடத்திகளின் வழியே பாயும் பொழுது, மின்னோட்டத்துக்கு மிகக் குறைந்த அளவு தடையும் ஏற்படுகிறது.

28

மின்னோட்டமும் மின்னணு ஓட்டமும்

மின்ஓட்டம் பாயும் கடத்தி ஒன்றின் குறுக்கு வெட்டுத் தோற்றம் மேலே உள்ள வரைபடத்தில் காட்டப்பட்டுள்ளது. மின்னோட்டமும் மின்னணுக்களின் ஓட்டமும் அம்புக்குறிகளால் காட்டப்பட்டிருக்கின்றன. மின்னணுக்களின் ஓட்டம், மின் கலத்தின் எதிர்மின் முனையிலிருந்து (Negative) நேர்மின் முனைக்கு (Positive) செல்கிறது.

வழக்கு முறைப்படி, மின்னோட்டமும் மின்னணுக்களின் ஓட்டமும் எதிரெதிராக அமைந்துள்ளன. எனவே, மின்னணுக்களின் ஓட்டம் மின்கலத்தின் எதிர்மின் முனையிலிருந்து நேர்மின் முனையை நோக்கி நிகழ்கிறது.

மின்னோட்டமும் வெப்பமும்

ஒரு மின்தடை வழியாக மின்னோட்டம் செல்லும்போது மின்தடை காரணமாக வெப்பம் உண்டாகிறது. மின் இழை (Filament) உள்ள மின்விளக்குகளில் (பல்புகள்), மின் இழையின் வெப்பம் அதிகமாக அதிகமாக அந்த இழை பழுத்துப் போய் தகதகவென ஒளிர்கிறது. இதனால்தான் நமக்கு வெளிச்சம் கிடைக்கிறது.

மின்சார பல்பில், மின் சக்தி வெப்ப சக்தியாகி பின் ஒளியாகி நமக்கு நன்மையைத் தருகிறது. ஆனால், பொதுவாக மின்னோட்டத்தால் ஏற்படும் வெப்பம் பல இடங்களில் தீமையைத்தான் தருகிறது. ஏனெனில், வெப்பம் அதிகமாகும்போது மின் தடையும் அதிகமாகிறது.

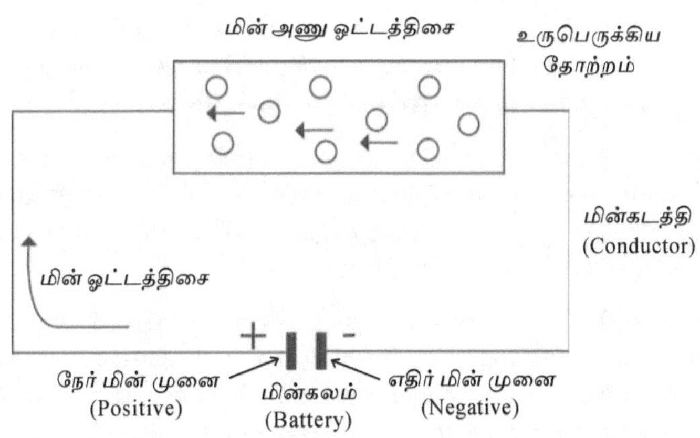

படம்-4

மின் தடை அதிகமானால் மேலும் வெப்பம் அதிகமாகும். இதனால் மின்சாரம் விரயமாகும்.

எனவே, மிக அதிக சக்தி வாய்ந்த மின் ஆக்கிகளில் (High Power Generators) வெப்பத்தைக் குறைக்க, குளிர்விக்கும் முறைகள் பலவற்றைச் செயல் படுத்த வேண்டியிருக்கும்.

தூய உலோகத்தில் - அதாவது கலப்பே இல்லாத தங்கம், வெள்ளி, செப்பு, அலுமினியம் ஆகியவை - வெப்பம் அதிகரிக்கும்போது, மின் தடையும் வெகுவாக அதிகரிக்கிறது. ஆனால் கலப்பு உலோகங்களில் (உலோகக் கலவை - Alloy) வெப்பம் அதிகரிக்கும்போது, மின் தடை மிகக் குறைவாகவே அதிகரிக்கிறது. உதாரணம் - மாங்கனின் (Manganin), யுரேகா (Eureka) ஆகியவை.

இதற்கு முற்றிலும் மாறாக மின் கடத்தாப் பொருள்கள், குறை கடத்திகள் ஆகியவற்றில் வெப்பம் அதிகமானால் மின் தடை குறையத் தொடங்கும்.

நேர் ஓட்ட மின்சாரம், மாறு ஓட்ட மின்சாரம்

மின்சாரத்தில் இரு வகைகள் உள்ளன. மின் கலங்களில் (Batteries) கிடைக்கும் மின்சாரம் நேர் மின்னோட்ட மின்சாரம் (Direct Current) என்று கூறப்படுகிறது. இதனை DC என்று குறிப்பிடுகிறோம். ஆலைகளில் இருந்து உற்பத்தியாகும் ஏனைய மின்சாரம் அனைத்தும் மாறு ஓட்ட மின்சாரம் (Alternating Current) என்று அழைக்கப்படுகிறது. இதனை AC என்று குறிப்பிடுகிறோம். இந்த AC மின்சாரத்துக்கு அதிர்வு எண் என்று ஒரு தன்மை உள்ளது. AC மின்சாரத்தைத் தயாரிக்கும் ஜெனரேட்டரில் காந்தங்கள் சுற்றுகின்றன என்று பார்த்தோம் அல்லவா? ஒரு விநாடிக்கு(?) இந்த காந்தம் எத்தனை முறை சுற்றுகிறது என்பதுதான் இந்த அதிர்வு எண் (Frequency). இதனை ஆங்கிலத்தில் f என்ற எழுத்தால் குறிப்பிடுகிறோம். இதன் அலகு ஹெர்ட்ஸ் (Hertz) ஆகும்.

இந்தியா, இலங்கை, பிரிட்டன், ஐரோப்பிய நாடுகளில் இது ஐம்பது ஹெர்ட்ஸ் ஆகவும் (50 HZ Frequency), அமெரிக்கா, சவுதி அரேபியா போன்ற நாடுகளில் இது அறுபது ஹெர்ட்ஸ் (60 HZ Frequency) ஆகவும் மின் விநியோகம் செய்யப்படுகிறது.

மின் கருவிகள் வாங்கும்போது கவனமாக இருக்க வேண்டும். இந்தியாவில் பயன்படுத்த வேண்டுமானால் 220-240 வோல்ட், 50 ஹெர்ட்ஸில் பயன்படக்கூடிய கருவியாகப் பார்த்து வாங்க வேண்டும். அமெரிக்காவில் பயன்படுத்த வேண்டுமானால், 120 வோல்ட் 60 ஹெர்ட்ஸில் பயன்படக்கூடிய கருவியாக இருக்க வேண்டும். இந்தியாவிலிருந்து அமெரிக்காவுக்கு கிரைண்டர்களை வாங்கிச்

செல்லும் பெண்கள் கவனமாக முன்கூட்டியே 'அமெரிக்காவுக்கு' என்று சொல்லி வாங்குவது அவசியம். அதே போல அமெரிக்காவில் வாங்கிய ஹேர் டிரையரை அப்படியே இந்தியாவில் பயன்படுத் தினால், வெடித்துச் சிதறி வீணாகிப் போய்விடும்!

சிறிய கருவிகளாக இருந்தால் - அதாவது, குறைந்த அளவு மின்சாரத்தில் இயங்குவதாக இருந்தால் - டிரான்ஸ்ஃபார்மர்களை வைத்து 120 வோல்ட், 60 ஹெர்ட்ஸ் கருவியை 220 வோல்ட், 50 ஹெர்ட்ஸ் மின் சாரத்தில் பயன்படுத்தலாம். இப்பொழுது வரும் மொபைல் ஃபோன் சார்ஜர்கள், லேப்டாப் கம்ப்யூட்டர் சார்ஜர்களைப் பார்த்தீர்களானால் அவை எல்லாவிதமான மின்சாரத்திலும் வேலை செய்வனவாக இருக்கும்.

சரி, ஓரளவுக்கு மின்னியல் தொடர்பான சொற்களைப் பற்றிப் பார்த்தோம். இனி ஒவ்வொரு வகையான மின் நிலையங்களுக்குள்ளும் சென்று அங்கு என்னதான் நடக்கிறது என்பதை, பார்த்துப் புரிந்து கொள்வோம்.

3. நீர் மின் நிலையங்கள்

மின் உற்பத்தித் துறையில் பிதாமகன் என்று அழைக்கப்படும் அளவு முன்னோடியான தொழில் நுட்பத் திறனைக் கொண்டது நீர் மின் நிலையங்கள்தான். உலகின் எந்த நாட்டுக்குச் சென்றாலும் (பாலைவன நாடுகள் தவிர்த்து), அந்த நாட்டில் முதலில் நிர்மாணிக்கப்பட்ட மின் நிலையம் நீர் மின் நிலையமமாகத்தான் இருக்கும் என்பதில் சந்தேகமே தேவையில்லை. நீர் மின் நிலையங்களை அமைக்க மிக அதிக அளவில் பண முதலீடு தேவை. ஆனால், அன்றாட இயக்கச் செலவு மிகவும் குறைவுதான். நீர் மின் நிலையங்களினால் இதுவரை சுற்றுப்புறம் மாசுபட்டதாக சரித்திரமே இல்லை.

நீர் மின் நிலையங்களின் வடிவமைப்பில், மின்சாரத் தயாரிப்பு ஒரு பகுதி மட்டுமே என்பதுதான் உண்மை. விவசாயம் மற்றும் குடி தண்ணீர் சேமிப்பு போன்றவைகளுக்கு முன்னுரிமை அளிப்பதற்குத்தான் நீர் மின் நிலையங்கள் அமைக்கப்படுகின்றன. நீர் மின் நிலையங்களின் இயக்கத்துக்கு ஆதாரமான மூலப்பொருள் (தண்ணீர்) இலவசமாகக் கிடைத்துவிடுகிற ஒரே காரணத்தினால், இந்த மின் நிலையங்களின் இயக்கச் செலவு மிகவும் குறைகிறது. இதன் விளைவால், நீர் மின் நிலையங்களிலிருந்து உற்பத்தியாகும் மின்சாரத்தின் விலையும் (Per Unit Generation Cost) மிக மிகக் குறைவே.

முற்காலங்களில் விவசாயத் தேவைக்காகவும் வெள்ளப் பெருக்கைத் தடுக்கும் பொருட்டும் அணைகள் கட்டப்பட்டன. அவ்வாறு அணைகள் கட்டப்பட்ட காலத்தில் மின் நிலையங்கள் அமைக்கப்பட வில்லை. பிற்காலத்தில் மின் தேவை அதிகம் ஆகி வருவதை உணர்ந்து, முன்பு கட்டிய அணைகளில் சில மாற்றங்கள் செய்து, நீர் மின் நிலையங் களை அமைத்தார்கள்.

உதாரணமாகக் கூற வேண்டுமென்றால், தென் பெண்ணை ஆற்றில் அமைந்துள்ள சாத்தனூர் அணையில், முன்பு மின் உற்பத்தி வசதி

இல்லை. இந்த அணை விவசாயத் தேவைக்கு மட்டுமே உபயோகப் படுத்தப்பட்டது. அதுபோல், வைகை அணையிலும் முன்பு மின் உற்பத்தி கிடையாது. இப்போது இங்கும் மின் உற்பத்தி செய்ய ஏதுவாக இயந்திரங்கள் நிர்மாணிக்கப்பட்டு இயங்கி வருகின்றன. ஆனால், கல்லணை மின் உற்பத்தி இயந்திரங்கள் ஏதுமின்றி விவசாயத்துக்கு மட்டுமே பயன் தருகிறது.

அனல் மின் நிலையத்துடன் ஒப்பிட்டால், நீர் மின் நிலையத்தில் வேலை செய்வது மிக மிக எளிது. பத்து நிமிட நேரத்துக்குள் மின் உற்பத்தியைத் தொடங்க முடியும். அது மட்டுமின்றி, தொடங்கியதிலிருந்து குறுகிய காலத்துக்குள், இயந்திரத்தின் முழுத்திறனையும் (Full Capacity) எட்டிவிட இயலும்.

அனல் மின் நிலையம் போல் நீர் மின் நிலையங்களில், துணைக் கருவிகள் என்று ஏதும் கிடையாது. இதனால் நீர் மின் நிலையங்கள் சத்தம் ஏதுமின்றி அமைதியாக இயங்கும்.

நீர் மின் நிலையங்கள் அமையும் இடங்கள், 95 சதவிகிதம் மலைகளிலும் மலை உச்சியிலும்தான்.

அணு மற்றும் அனல் மின் நிலையங்களில் உள்ளது போல் துணை இயந்திரங்கள் இல்லாமல் இருப்பதால், பராமரிப்புச் செலவும் மிகக் குறைவே. எனவே கூட்டிக் கழித்துப் பார்த்தால், இயக்குதல் செலவும் (Operation Cost) மிகவும் குறைவு; பராமரிப்புச் செலவும் (Maintenance Cost) மிகவும் குறைவு. ஆனால், நீர் மின் நிலையங்களை நிர்மாணிக்கும் முதலீட்டுச் செலவு அதிகம்; நிர்மாணிக்க ஆகும் காலமும் அதிகம்.

ஒரு குறிப்பிட்ட இடத்தில் ஒரு நீர் மின் நிலையம் அமைக்க வேண்டும் என்று தீர்மானித்தால், முதலில் கீழ்வரும் விவரங்களை சேகரிக்க வேண்டும்:-

1. வருடத்தில் கிடைக்கும் மிக அதிக மழையின் அளவு.

2. வருடத்தில் கிடைக்கும் மிகக் குறைந்த மழையின் அளவு.

3. கடந்த நூறு ஆண்டுகளில் பெய்த அதிக அளவு மழை, குறைந்த அளவு மழை மற்றும் சராசரி மழை.

4. தட்ப வெப்ப சீதோஷ்ண நிலை.

5. அணை கட்டப்படுவதால், தேக்கப்படும் தண்ணீரின் கொள்ளளவு.

6. நீர்ப் பிடிப்புப் பகுதியின் பரப்பளவு.

7. கடந்த நூறு ஆண்டுகளில் ஏற்பட்ட பூகம்பம் மற்றும் ஏனைய இயற்கைச் சீற்ற விவரங்கள்.

8. அணை கட்டப்படுவதால், எத்தனை கிராமங்கள் அல்லது ஊர்கள் தண்ணீருக்குள் மூழ்க வேண்டி வரும்.

9. இடம் பெயர்த்தப்பட வேண்டிய மக்கள் தொகை.

10. காடுகள் அழிக்கப்படுவதாக இருந்தால், அவற்றின் விவரங்கள்.

11. அணை கட்டுவதால் பயன் பெற இருக்கும் விவசாய மற்றும் விளை நிலங்கள்.

12. மின்சாரம் உற்பத்தி செய்யப்படுமாயின், நீர் மின் நிலைய வளாகத்திலிருந்து உற்பத்தியான மின்சாரத்தை வெளிக்கொணரத் தேவைப்படும் வசதிகள்.

13. மின் உற்பத்தி செய்வதன் மூலம் கிடைக்க இருக்கும் / எதிர் பார்க்கும் வருட வருமானம்.

14. மின் உற்பத்தி நிலையத்தின் வருடாந்திரச் செலவினங்கள்.

15. தொழில் நுட்பம் வளர்ந்துவிட்ட இந்தக் காலத்தில், மின் உற்பத்தி நிலையம் தொடங்குவதனால் சுற்றியுள்ள பகுதிகளில் தொழில் வளர்ச்சி பெருகி, நேரிடை மற்றும் மறைமுக வேலை வாய்ப்பு பெருக வாய்ப்பு ஏற்படுவதால், அது குறித்த விவரங்கள்.

16. அணை கட்ட, மின் நிலையம் அமைக்க, ஊழியர் குடியிருப்பு உருவாக்க என அனைத்துக்கும் தேவையான போதுமான அளவு இடவசதி (Land Acquisition).

மேலே குறிப்பிட்டவை முழுமையான பட்டியல் இல்லை. அனைத்து தரப்பிலிருந்தும் தேவையான விவரங்களைத் திரட்டி, அணைக்கட்டு கட்ட திட்டமிட்டால், அது கட்டி முடிக்க ஆகும் காலம் ஏனைய மின் நிலையங்கள் போல அல்லாது மிகவும் அதிகம் ஆகும். எனவே, ஆற்று வெள்ளப் போக்கைக் கட்டுப்படுத்துதல், நீர்ப்பாசன வசதி செய்து தருதல், குடிநீரைச் சேமித்து தடங்கல் இன்றி விநியோகித்தல் போன்ற முக்கியப் பயன்களுடன் இணைந்து மின் உற்பத்தியும் இங்கு செய்யப்படுகிறது.

தேவைப்படும் அனைத்து விவரங்களையும் (இதில் தொழில் நுட்ப விவரங்களும் அடங்கும்) சேகரித்த பின்பு நில அளவை செய்து (Surveying) மேடான மற்றும் பள்ளமான பகுதிகளை அறிந்து கொள்கிறோம். அதன்பின் நீர் தேக்கினைவைக்க வேண்டிய பகுதியை (Catchment area) நில அளவை செய்து அடையாளம் இட்டு வைக்கிறோம்.

பொதுவாக இரண்டு மலைகளுக்கிடையே அல்லது ஒரு மலையின் இரண்டு மலைக் குன்றுகளுக்கிடையே தண்ணீர் தேக்கி வைக்கப் படுகிறது. இவ்வாறு தேக்கி வைக்கப்பட்ட தண்ணீர், மலையடி

வாரத்தில் அமைக்கப்பட்டுள்ள மின் உற்பத்தி நிலையத்துக்கு பெரிய குழாய்களின் உதவியால் எடுத்து வரப்படுகிறது. தேக்கி வைக்கப் பட்டுள்ள நீரின் கொள்ளளவுக்கு ஏற்றாற் போலவும், விவசாயம் மற்றும் பாசனத்துக்கான தேவையை அனுசரித்தும், மின்னாக்கிகளின் அளவு (Capacity of Generators) நிர்ணயிக்கப்படுகிறது.

மின்சாரம் தயாரிக்க அடிப்படைத் தேவை, மின்னாக்கியில் உள்ள காந்தங்களைச் சுழற்றுவது என்று பார்த்தோம். எந்தவிதமான மின் நிலையமாக இருந்தாலும் சரி, இதுதான் அடிப்படை. எப்படியாவது மின்னாக்கியில் உள்ள காந்தங்களைச் சுழற்ற வேண்டும்.

நீர் மின் நிலையங்களில், தண்ணீர் ஓட்டத்தை வைத்து சுழற்சியை உருவாக்குகிறோம். அப்படிப்பட்ட கருவிதான் சுழலி (டர்பைன் - Turbine). சுழலி என்பது, பார்ப்பதற்கு நம் வீட்டில் இருக்கும் மின் விசிறியைப் போலத்தான் இருக்கும். அதன் தகடுகள் (Blades) மின்வி சிறியின் தகடுகளைவிட சற்றே மாறுபட்டதாக இருக்கும். இந்தத் தகடுகளின் மேல் தண்ணீர் வந்து விழுந்தால் தகடுகள் சுழலத் தொடங்கும். இதனால்தான் இதனைச் சுழலி என்கிறோம்.

நீர்ப்பாசனத் தேவைகள் வருடத்தின் எல்லா நாள்களிலும் ஒரே அளவில் இருப்பதில்லை. சில நாள்களில் அல்லது மாதங்களில் தேவையின் அளவு மிக அதிகமாகவும், ஏனைய சில மாதங்களில் மிகக் குறைவாகவும், மேலும் சில மாதங்களில் (கோடையில்)

நீர்மின் நிலையத்தின் அமைப்பு

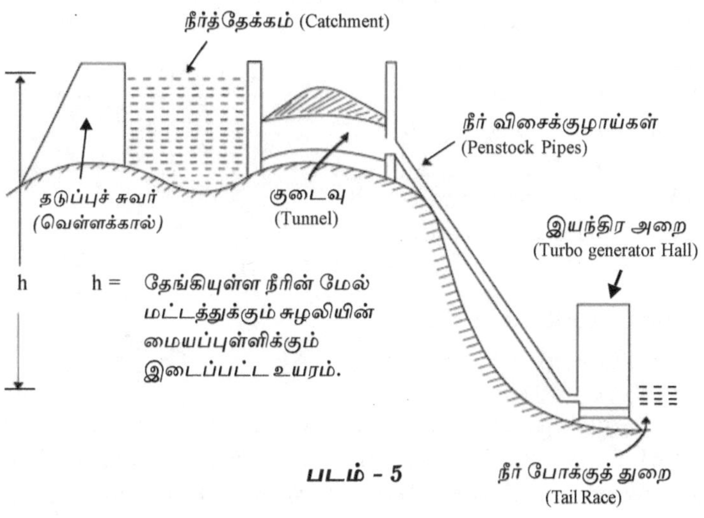

நீர்ப்பாசனத் தேவை அறவே இல்லாமலும் இருக்கும். இதனை ஒட்டி, மின்னாக்கிகளும் சுழலிகளும் வடிவமைக்கப்படுகின்றன.

ஒரு நீர் மின் நிலையத்தில் மூன்று அல்லது நான்கு சுழலிகள் இருப்பதாக எடுத்துக்கொண்டால், மலையின் உச்சியில் உள்ள நீர்த்தேக்கத்தில் இருந்து தண்ணீரை எடுத்து வரும் பெரிய நீர்க் குழாய்களின் எண்ணிக்கையும் மூன்று அல்லது நான்கே இருக்கும். எனவே, ஒவ்வொரு சுழலியும் மேலே உள்ள நீர்த்தேக்கத்துடன் தனித்தனிக் குழாய்கள் மூலம் இணைக்கப்பட்டிருக்கும்.

வெள்ளக் கால அபாயத் தடுப்பு மற்றும் குழாய்களின் பராமரிப்பு போன்றவற்றைக் கருத்தில் கொண்டு, குழாய்களின் இரு முனைகளுக்கு அருகிலும் தடுப்பு அடைப்பான் (Stop Valves) மற்றும் பிற பாதுகாப்புச் சாதனங்கள் அமைக்கப்பட்டிருக்கும். இவை அனைத்தும் எட்டி இருந்தே இயக்கக் கூடியனவாக (Remotedly operated systems) இருக்கும். இதைப் போலவே, தேவைப்படும் நீரை முறைப்படுத்தி சுழலிக்குள் செலுத்த, அதற்கென வடிவமைக்கப்பட்ட தடுப்பான்களும் (Control Valves) இந்த நீர்க்குழாயில் பொருத்தப்பட்டுள்ளன.

மின்னாக்கியில், காந்தங்கள் சுழலும் வண்ணம் அமைக்கப்பட்டுள்ளன. மின் கடத்திக் கம்பிகள், சுழலா வண்ணம் நிலையானதாக அமைக்கப் பட்டுள்ளன.

நீர்த்தேக்கத்தில் உள்ள தண்ணீர், அதிக அழுத்தத்தில் குழாய் மூலம் சுழலிக்குள் செலுத்தப் படும்போது, சுழலி சுழலத் தொடங்குகிறது. சுழலியுடன் இணைத்து வைக்கப்பட்டுள்ள மின்னாக்கியின் சுழலும் பாகமும் சுழலத் தொடங்குகிறது. இதனால், மின்னாக்கியின் சுழலும் பாகத்தில் உள்ள மின் காந்தங்கள் (Electro Magnets) சேர்ந்தே சுழல்கின்றன.

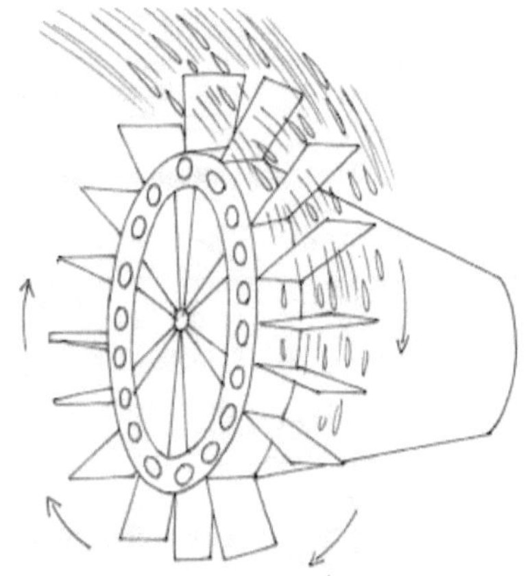

சுழலி

காந்தங்கள் சுழல்வதன் விளை வாக, சுழலும் காந்தப் புலம் உருவாகிறது. இந்த சுழலும் காந்தப் புலத்தை, மின்னாக்கியில் உள்ள மின் கடத்திக் கம்பிகள் வெட்டுகின்றன. மைக்கேல் பாரடே தத்துவப்படி, காந்தப் புலம் மின் கடத்திகளை வெட்டும் போது, கடத்திகளில் மின் அழுத்தம்

ஏற்படுகிறது. இதன்மூலம் உருவாகும் மின்னோட்டம், ஏனைய சாதனங்கள் மூலம் மாநில அல்லது தேசிய மின் வலைப்பின்னலுக்கு (State or National Power Grid) எடுத்துச் செல்லப்படுகிறது.

மின் வலைப் பின்னல் (Power Grid)

இந்த இடத்தில் மின் வலைப் பின்னல் அல்லது பவர் கிரிட் என்றால் என்ன என்பதைக் கொஞ்சம் பார்த்துவிடுவோம். எந்த ஒரு நாட்டிலும், பல ஆயிரம் மின் நிலையங்கள் மின்சாரத்தை உற்பத்தி செய்கின்றன. பல கோடி வீடுகளும் தொழிற்சாலைகளும் மின்சாரத்தைச் செலவு செய்கின்றன. இந்தியாவில் ஒவ்வொரு மாநிலமும் தத்தம் மாநிலத்தின் தேவைக்கேற்ப மின்சாரத்தைத் தயாரித்து வழங்குகிறது.

ஆனால் ஒவ்வொரு கணத்திலும், சில மாநிலங்கள் தம் தேவைக்கு அதிகமாகவும் சில மாநிலங்கள் தேவைக்குக் குறைவாகவும் மின்சாரத்தை உற்பத்தி செய்கின்றன. உபரி மின்சாரத்தை, மின்சாரத் தேவை அதிகம் உள்ளவர்களுக்கு எப்படி வழங்குவது?

அங்குதான் பவர் கிரிட் எனப்படும் மின் வலைப் பின்னல் தேவைப் படுகிறது. மாநிலத்தில் மொத்தமாக உற்பத்தி செய்யப்படும் மின்சாரம், மாநில மின் வலைப் பின்னலுக்குச் செலுத்தப்படுகிறது. தென், வட, மேற்கு, கிழக்கு மாநிலங்கள் தமக்குள்ளாக ஒரு பின்னலை ஏற்படுத்து கின்றன. பிறகு இவை அனைத்தும் இணைந்து தேசிய மின் வலைப் பின்னலை ஏற்படுத்துகின்றன.

இவ்வாறு உற்பத்தி செய்யப்படும் அனைத்து மின்சாரமும் இந்த வலைப் பின்னலுக்குள் வந்துவிடும். இந்த வலைப் பின்னலில் இருந்து வீடுகள் தொழிற்சாலைகளுக்கான மின்சாரம், தனித்தனி சப் ஸ்டேஷன்கள்மூலம் வெளியே போகும்.

இந்த வலைப் பின்னலை சில கட்டுப்பாட்டு மையங்கள் ஆட்டு விக்கின்றன. சில சமயம் திடீரென்று ஓர் உற்பத்தி மையத்தில் வேலை நிறுத்தப்பட்டு, மின்சாரம் வருவது தடைப்பட்டுப் போகும். வேறோர் இடத்தில் தடைப்பட்டிருக்கும் மின்சாரம் மீண்டும் உற்பத்தி ஆகும். ஒரு குடியிருப்புப் பகுதியில் மின் பழுதால் மின்சாரம் கொடுப்பது நிறுத்தப் படும். தொழிற்சாலைகள் அதிகமாக இருக்கும் பகுதியில் திடீரென மின் தேவைகள் அதிகமாகும்; குறையும்.

இவை அனைத்தையும் கட்டுப்பாட்டு மையங்கள் கண்காணித்து, வலைப் பின்னல் வழியாக தேவையான மின்சாரத்தை தேவையான இடங்களுக்கு அனுப்ப வழி செய்கின்றன.

இப்பொழுது மீண்டும் நீர் மின் நிலையத்தின் உற்பத்திக்கு வருவோம்.

நீர் மின் நிலையத்தில் உற்பத்தியாகும் மின் திறன் எதைப் பொறுத்து அமையும்? எப்போதும் ஒரே அளவு, அதாவது அதிகபட்ச அளவாக மின்திறன் உற்பத்தியாகும் வாய்ப்புண்டா?

அணையில் தேங்கியிருக்கும் தண்ணீரின் உயரத்துக்கும் சுழலி இருக்கும் உயரத்துக்கும் இடைப்பட்ட அளவை நீர்ம உயரம் என்கிறோம். இதுதான் உற்பத்தியாகும் மின் சக்தியைத் தீர்மானிக்கிறது. சுழலியை வேகமாகச் சுழல வைக்க, நீர்ம உயரத்தைப் போன்றே, சுழலியின் தகட்டில் விழும் நீரின் அளவையும் அதிகரிக்கலாம்.

மழையின் அளவு குறையும்போது அணைக்கு வரும் நீரின் அளவும் குறையும். இந்த நிலையில் விவசாயத்துக்காக, அணையிலிருந்து தண்ணீரைத் திறந்துவிட வேண்டியிருக்கும். தண்ணீரைத் திறந்துவிட்டால் மின் நிலையங்களும் இயங்கத் தொடங்கும். ஆனால், அணையிலிருந்து தண்ணீர் வெளியேற வெளியேற, அணையின் நீர்மட்டம் வேகமாகக் குறையத் தொடங்கும். இதன் விளைவாக, மின் சக்தி உற்பத்தியும் குறையும். இதனை ஈடு செய்ய, சுழலிக்குள் செல்லும் நீரின் அளவை அதிகப் படுத்தினால், கிடைக்கும் மின் சக்தியின் அளவு உயரக்கூடும்.

ஆனால், அதிக நீரைத் திறந்துவிட்டால் அணையின் நீர்மட்டம் மேலும் வேகமாகக் குறைந்துவிடும். இதனால் விவசாயம் பாதிக்கப்படும். இதைத் தவிர்க்கவே பெரும்பாலான நீர் மின் நிலையங்கள், நீர்ப் பாசனம் மற்றும் விவசாயத் தேவையை முன் நிறுத்தியே வடிவமைக்கப் படுகின்றன. அணை நிரம்பி இருக்கும் நிலையில், அணைக்கு மேலும் நீர்வரத்து அதிகமாக இருக்கும் நிலையில், பிரச்னை ஏதும் இல்லை. செலுத்தப்படும் நீரின் அளவு, நீர்ம உயரம் இரண்டுமே சீராக இருக்கும். உற்பத்தியாகும் மின்சாரமும் ஒரே சீராக இருக்கும்.

நீர்ம உயரத்தை அனுசரித்து மூன்று வகையான சுழலிகள் வடிவமைக் கப்படுகின்றன. அவை

    (i) *தாழ்வு உயரச் சுழலிகள்* (Low Head Turbines)

    (ii) *இடைநிலை உயரச் சுழலிகள்* (Medium Head Turbines)

    (iii) *அதி உயரச் சுழலிகள்* (High Head Turbines)

ஆகியவை. நம் நாட்டில் உள்ள அனைத்து மலைகளும் இமயமலை போல் உயர்ந்து காணப்படுவதில்லையே! சில உயர்ந்து காணப்படும் மலைகளில், நீர்த்தேக்க வசதிகள் இருப்பதில்லை. அதற்கு மாறாக, உயரம் குறைந்து இருந்தாலும் அதிக நீரைத் தேக்கி வைக்கும் அளவுக்கு வசதி படைத்த மலைகள் சிலவும் உண்டு.

உதாரணமாக, திருநெல்வேலி மாவட்டத்தில் உள்ள குற்றாலம் அருவியை நாம் அனைவரும் அறிவோம். மலை உயரம் அதிகமாகக்

காணப்பட்ட போதிலும், இங்கு கிடைக்கும் நீரைச் சேமித்து மின்சக்தியை உருவாக்க முடியவில்லை. மாறாக, மதுரை அருகில் உள்ள வைகை அணையை நோக்கினால், அங்குள்ள மலையின் உயரம் (மலை என்பதை விடக் குன்று என்றுதான் அழைக்க வேண்டும்) மிகக் குறைவானதாக இருந்த போதிலும், நீரைத் தேக்கிச் சேமிக்கும் வகையில் அமைந்துள்ளது. இதனால், வைகை அணையில் மின்சாரம் உற்பத்தி செய்ய முடிகிறது.

1970-ல் உலகம் சுற்றும் வாலிபன் படப்பிடிப்புக்காக ஜப்பான் நாட்டுக்கு சென்றபோது, அங்கு சாதாரணமாக ஓடும் ஓர் ஆற்றிலிருந்து மின்சாரம் உற்பத்தியாவதைப் பார்த்து ஆச்சரியப்பட்டுப் போனார்கள் நம் தமிழ் நாட்டைச் சேர்ந்த கலைக்குழுவினர். அது பற்றி மேலும் சில விளக்கங் களைக் கேட்டபோது, ஜப்பானியர்கள் கொடுத்த அரைகுறை ஆங்கில விளக்கங்கள் நமது கலைக் குழுவினருக்குப் புரியவில்லை. அந்த கலைக்குழுவில் கதாநாயகனாக அன்று இடம் பெற்றிருந்த எம்.ஜி.ஆர் 1977-ல் தமிழக முதலமைச்சராகப் பதவி ஏற்றவுடன், முதலில் செய்த பணியே, அந்த ஆற்றிலிருந்து மின்சக்தி தயாரிக்கும் முறையைப் பற்றிய அனைத்து விளக்கங்களையும் பெற்று வரச் செய்ததுதான்! இதன் விளைவாக நமக்குக் கிடைத்ததுதான் கதவணை மின் நிலையங்கள் (Barrage power stations).

இத்தகைய கதவணை மின் நிலையங்கள், இந்தியாவிலேயே முதன் முறையாக நம் தமிழகத்தில்தான் அறிமுகப்படுத்தப்பட்டது. மேலும், மேட்டூர் அணையில் மின் திறன் உற்பத்தி செய்த பின்னர் வெளியேறும் தண்ணீர், சுமார் 40 கி.மீ. தொலைவில் உள்ள பவானி என்ற ஊருக்குச் சென்று அடைவதற்கு முன், இடைப்பட்ட தூரத்தில் நான்கு கதவணை மின் நிலையங்கள் அமைக்கப்பட்டு, மின் உற்பத்தி செய்யப்படுகிறது. இவை நான்கும் சேர்ந்து உற்பத்தி செய்யக்கூடிய மின்திறனின் அளவு 120 மெகாவாட் ஆகும்.

ஒவ்வொரு கதவணை மின் நிலையத்திலும் 15 மெகாவாட் திறன் கொண்ட இரண்டு இயந்திரங்கள் இயங்குகின்றன. இந்தக் கதவணை மின் நிலையங்கள் தாழ்வு உயர வகையைச் சார்ந்தவை. இங்கு காப்ளான் சுழலிகள் (Kaplan Turbine) பயன்படுத்தப்படுகின்றன. வைகை அணையிலும், உயரம் குறைவு என்பதால் இதே முறைதான் பின்பற்றப்படுகிறது.

இதை அடுத்து, சிறிய செய்குளம் (Pond) வகை எனப்படும் முறையிலும் மின்சாரம் தயாரிக்கலாம். இந்த முறையில் ஆற்றின் குறுக்கே அல்லது நீர் நிலையில், குளம் போன்று நீரைத் தேக்கி, குடைவுகள் (Tunnel) அமைத்து, தண்ணீரை குடைவுகளின் மூலமாக சுழலிகளுக்குள் செலுத்துவார்கள். இவை இடைநிலை உயர வகையைச் சேர்ந்தவை. இத்தகைய நிலையங்களில் பிரான்சிஸ் சுழலிகள் (Francis Turbine)

பயன்படுத்தப்படுகின்றன. மேட்டூர் அணையில் இத்தகைய குடைவுகள் செய்யப்பெற்று 50 மெகாவாட் திறன் கொண்ட நான்கு பிரான்சிஸ் சுழலிகள் நிறுவப் பெற்றுள்ளன. இதன் விளைவாக நமக்கு 200 மெகாவாட் மின்சாரம் கிடைக்கிறது.

இவ்வாறு 200 மெகாவாட் மின் திறனை நமக்கு உற்பத்தி செய்து தந்து விட்டுத்தான் இந்தத் தண்ணீர் காவிரி நதிக்குள் பாய்ந்தோடி, மீண்டும் கதவணை மின் நிலையத்துள் புகுந்து மேலும் 120 மெகாவாட் மின் திறனை நமக்கு அளிக்கிறது.

அணைகள் கட்டப்பட்ட மலையின் உயரம் அதிகமாக இருக்கும் நிலையில், நமக்குக் கிடைக்கும் நீர்ம உயரத்தின் அளவும் அதிகமாக இருக்கும். இத்தகைய சூழலில், மின் நிலையங்கள் மலை அடிவாரத்தில் அமைக்கப்பட்டிருக்கும். மலை உச்சியில் உள்ள நீர்த் தேக்கத்திலிருந்து, தண்ணீர் பெரிய குழாய்கள் மூலமாக கீழே உள்ள சுழலிகளுக்குள் செலுத்தப்படுகிறது. இத்தகைய நீர் மின் நிலையங்களை அதி உயர நிலையங்கள் என்கிறோம். கேரள - தமிழ்நாடு எல்லைப் பகுதியில் அமைந்துள்ள பெரியாறு நீர் மின் நிலையம், இவ்வகையைச் சார்ந்தது.

நீர்ம உயரம் அதிகமாக உள்ள இடங்களில் பெல்டன் சுழலிகள் (Pelton Turbine) பயன்படுத்தப்படுகின்றன. பெரியாறு நீர்த்தேக்கத்தில் இருந்து நான்கு குழாய்கள் மூலம் நீர் கொண்டு வரப்பட்டு சுழலிகளில் செலுத்தப்படுகிறது. ஒவ்வோர் இயந்திரமும் தலா 35 மெகாவாட் (மொத்தம் 4 x 35 = 140 மெகாவாட்) மின் திறன் உற்பத்தி செய்யத்தக்கதாக அமைக்கப்பட்டுள்ளது.

நீர் மின் நிலைய வரிசையில், நுண் நீர் நிலையங்களும் (Micro Hydel Station) உள்ளன. சாதாரணமாக ஓடிக்கொண்டிருக்கும் தண்ணீரில், நீர் செல்லும் திசையிலேயே மிகச் சிறிய சுழலிகளைச் சுழலச் செய்து மின்சாரம் தயாரிக்கும் முறைதான் இது. அழுத்தம் மிகவும் குறைவு என்பதால், கிடைக்கும் மின்சாரத்தின் அளவும் மிகவும் குறைவே. எனினும், இத்தகைய பல நுண் நீர் மின் நிலையங்கள் நம் தமிழகத்தில் உள்ளன.

எப்படி நீர் மின் நிலையத்தில் சுழலியைச் சுற்றவைக்க நீரைப் பயன் படுத்துகிறோமோ, அனல் மின் நிலையங்களில் இந்த வேலையைச் செய்ய நீராவியைப் பயன்படுத்துகிறோம். நீராவியாக்கத் தேவையான தண்ணீர், கடல் அல்லது ஆற்றிலிருந்து எடுக்கப்படுகிறது. நீராவி குளிர்ந்ததும், தண்ணீர் மீண்டும் ஆற்றிலே (அல்லது கடலிலே) விடப் படுகிறது. இப்படி குளிரச் செய்தபின் ஆற்றிலே விடப்படும் ஆற்று நீரை அப்படியே ஆற்றில் கொண்டு விடாமல், சிறிய மதகு அணை ஒன்றினைக் கட்டி, கதவணை மின் நிலையம் போன்றே இந்த மதகணையைப் பயன்படுத்தி மின்சாரம் தயாரிப்பதும், நம் நாட்டில் இப்போது தொடங்கியுள்ளது.

ஓர் அனல் மின் நிலையத்தில் எப்படியும் பல கொதிகலன்களும் அதற்கேற்ப சுழலிகளும் இருக்கும். எந்த நிலையிலும் ஒன்று அல்லது அதற்கு மேற்பட்ட இயந்திரங்கள் பணியின் இயக்கத்தில் இருந்து கொண்டே இருக்கும். எனவே தினம் தினம், நீராவியைக் குளிர்விக்க ஆற்று நீர் தேவைப்பட்டுக்கொண்டே இருக்கும். இத்தகைய நீர், நீராவியைக் குளிரச் செய்தபின் கதவணை மூலமாகச் செல்வதால், இங்கும் மின் உற்பத்தி செய்யப்பட்டு, நமக்குப் பலனை அளித்த வண்ணம் உள்ளது.

அனல் மின் நிலைய வளாகத்துக்குள் அமைந்துவிட்ட போதிலும், மதகணை மின் நிலையங்கள் கதவணை மின் நிலையங்களைப் போன்று இயங்குவதால், இவையும் நீர் மின் நிலையங்களே.

நீர் மின் நிலையங்களின் பார்வை, வெறும் நுண் நீர், கதவணை மற்றும் மதகணை மின் நிலையங்களுடன் முற்றுப்பெறுவதில்லை. மிகப் பெரிய அல்லது மிக உயரமான மலையின் உச்சியில் நீர்த்தேக்கம் ஏதேனும் இருந்தால், தண்ணீரை எடுத்துச் செல்லும் குழாய்களை மலை உச்சியிலிருந்து மலை அடிவாரத்துக்கு இடைவெளி ஏதும் இல்லாமல் அமைப்பது என்பது தொழில்நுட்ப ரீதியில் சிறந்த வடிவமைப்பு ஆகாது. எனவே, இத்தகைய சூழ்நிலைகளில், தொடர் நீர் மின் நிலையங்கள் என்ற கருத்து நமக்குக் கை கொடுக்கிறது.

அதாவது, மலை உச்சியில் உள்ள நீர்த் தேக்கத்திலிருந்து தண்ணீர் ஒரு குறிப்பிட்ட உயரம் வரை குழாய் மூலம் எடுத்து வரப்பட்டு, அங்குள்ள ஒரு நீர் மின் நிலையச் சுழலிக்குள் செலுத்தப்படுகிறது. சுழலி சுழன்று மின்சாரம் உற்பத்தி ஆவது ஒருபுறம். சுழலியில் இருந்து வெளியேறும் தண்ணீர் மீண்டும் வேறு ஒரு குழாய்க்குள் செலுத்தப்பட்டு, அதே மலையில் முதல் நீர் மின் நிலையத்துக்கும் மலையடிவாரத்துக்கும் இடைப்பட்ட ஏதோ ஓர் உயரத்தில் அமைக்கப்பட்டுள்ள மற்றுமொரு நீர் மின் நிலையச் சுழலியில் விழுந்து அதனை இயக்கும்.

இதே போலவே, இந்த இரண்டாவது நீர் மின் நிலையத்தில் இருந்து வெளியேறும் தண்ணீர், மூன்றாவது மின் நிலையச் சுழலியில் வந்து விழும். அதாவது ஒரு நீர் மின் நிலையத்தில் இருந்து வெளியிடப்படும் தண்ணீர், அதற்கடுத்த கீழ் நிலையில் அமைந்துள்ள நீர் மின் நிலையத்துக்கு உள்ளீட்டுத் தண்ணீராகப் பயன்படுத்தப்படுகிறது.

இவ்வாறு செய்வதன் மூலம், குறிப்பிட்ட அளவு தண்ணீர் மீண்டும் மீண்டும் சுழலிகளில் செலுத்தப்பட்டு மின்சாரம் அதிக அளவில் உற்பத்தி செய்யப்படுகிறது. இத்தகைய நிலையங்கள், தமிழகத்தில் நீலகிரி மலைத் தொடரில் குந்தா நீர் மின் நிலையத்தில் இயக்கப் படுகின்றன.

சாதாரணமாக, பகல் வேளைகளில் மின்சாரத்தின் தேவை அதிகமாக உள்ளது. தொழிற்சாலைகள், தம் முழுத்திறனில் இயங்குகின்றன. அலுவலகங்கள் இயங்குகின்றன. மின் இணைப்பில் இயங்கும் ரயில் வண்டிகளும் பகல் நேரத்தில் அதிகம். வீடுகளில், இரவு பத்து மணிக்கு மேல் விளக்குகள் அனைத்தும் ஏறக்குறைய நிறுத்தப்பட்டு விடுகின்றன. கடை வீதிகளில் இரவு பத்து அல்லது பதினொன்றுக்குப் பிறகு கடைகள் மூடப்படுகின்றன.

ஆக, இரவு பத்துக்கு மின்சாரத்தின் தேவை வெகுவாகக் குறைந்து மறுநாள் காலை ஐந்து மணிக்கு மெதுவாக அதிகரிக்கத் தொடங்குகிறது. காலை பத்து மணி சுமாருக்கு உச்சபட்ச அளவு அதிகரித்துவிடுகிறது. இந்த மின்சுமையை, மின் வலைப்பின்னல் உச்சம் (Power Grid peak) என்று கூறுகிறோம். இது அன்றாடம் நடைபெறும் நிகழ்வாகும்.

மின்சாரத்துக்கு அதிர்வெண் என்ற ஒரு தன்மை உள்ளதை முன்பு பார்த்தோம். இந்தியாவில் இந்த அதிர்வெண் 50, அமெரிக்காவில் 60 என்றும் பார்த்தோம். வீடுகள், அலுவலகங்கள், தொழிற்சாலைகள் ஆகியவை மின்சாரத்தை அதிகமாக இழுக்கும்போது - மின் சுமை அதிகரிக்கும்போது - அதற்கு ஏற்ற அளவு மின்சாரத்தை மின் நிலையங் களால் வழங்க முடியாமல் போக நேரிடும். அப்பொழுது அதிர்வெண் குறையத் தொடங்கும். அதாவது 50-க்கு பதில் 49, 48 என்று குறையும். அதேபோல மின் சுமை குறைவாக இருக்கும் நேரங்களில் மின் நிலையங்கள் தொடர்ந்து அதிகமாக மின்சாரத்தை உற்பத்தி செய்தால், அதிர்வெண் அதிகரித்து, - 50-க்கு பதில் 51, 52 என்று போகும்.

அதிர்வெண் 50-ஐ விட்டு அதிகம் விலகிச் செல்வது மின்சாரக் கருவிகளுக்கு நல்லதல்ல. கருவிகள் பாதிக்கப்படும். மின் நிலையங் களில் பராமரிப்புச் செலவு அதிகமாகும். எல்லா மின் நிலையங்களும் 48.5 - 51.5 என்ற வரம்புக்குள் அதிர்வெண் இருக்குமாறு பார்த்துக் கொள்ளும். இந்த அதிர்வெண் வரம்பை விட்டு விலகினால், அந்த மின் நிலையம் மின் வலைப் பின்னலில் இருந்து (பவர் கிரிட்) தாற்காலிக மாக விலக்கப்படும். மீண்டும் வரம்புக்குள் அதிர்வெண் வந்த பின்னர் தான், அந்த மின் நிலையம் கிரிட்டுக்குள் சேர்க்கப்படும். ஒவ்வொரு முறையும் மின் நிலையம் வலைப் பின்னலில் இருந்து வெளியே வரும்போதும் சேரும்போதும் எக்கச்சக்கமான விரையம், நஷ்டம்.

சரி, இதனைத் தடுக்க என்ன செய்யலாம்? இதற்காகவே, 'இறைத்துச் சேமிக்கும் நீர் மின் நிலையங்கள்' (Pumped Hydro Storage Power Stations) என்ற ஒன்று புதிதாகக் கண்டுபிடிக்கப்பட்டு நிர்மாணிக்கப்பட்டது. இயக்க அடிப்படையில் இவை முழுக்க முழுக்க நீர் மின் நிலையங்கள்தாம். இவ்வகை நீர்மின் நிலையங்களில் மேல்நிலை நீர்த்தேக்கம் என்றும் கீழ்நிலை நீர்த்தேக்கம் என்றும் இரண்டு நீர்த்தேக்கங்கள் உண்டு.

இந்த நிலையத்தில் உள்ள மின்னாக்கி, சுழலி இரண்டுமே பாதி நேரம் தமக்குக் கொடுக்கப்பட்ட வேலையையும் மீதி நேரம் அதற்கு நேர் எதிரான வேலையையும் செய்யும்.

சுழலி என்பது, மேலே உள்ள தண்ணீர் தன்மீது விழும்போது அதனால் தான் சுழன்று, காந்தங்களைச் சுழலவைக்கக் கூடியது. இதே சுழலி, குறிப்பிட்ட நேரத்தில் மின் உந்தி (பம்ப் - Pump) ஆக மாறி கீழே உள்ள தண்ணீரை மேலே எடுத்துச் செல்லும்.

மின்னாக்கி, பொதுவாக சுழலியால் சுற்றப்படும் காந்தப் புலத்தின் மூலம் மின்சாரத்தைத் தயாரிக்கும். இதுவும் குறிப்பிட்ட நேரத்தில் தன் வேலையை மாற்றிக் கொண்டு, வெளியிலிருந்து மின்சாரத்தை உறிஞ்சி, தான் ஒரு மோட்டாராக (மின் சுற்றி - Motor) மாறி, தான் சுற்றி அதன் மூலம் பம்பையும் சுற்ற வைக்கிறது.

சுருங்கச் சொல்லின், சுழலி, மின்னாக்கி (Turbine and Generator) என்பன, நீர் உந்தி, மின் சுற்றி (Pump and Motor) ஆக மாறி பணிபுரிகிறது.

மாலை நேரத்தில் மின் சுமை குறைவாக இருக்கும்போது மின் சுற்றி, மின் உந்தி இயங்கி தண்ணீரை கீழ்நிலைத் தேக்கத்திலிருந்து எடுத்து மேல்நிலைத் தேக்கத்துக்குக் கொண்டு செல்கின்றது. காலை மற்றும் பகல் பொழுதுகளில் மின் சுமை அதிகமாகவும், மின் உற்பத்தி குறை வாகவும் இருக்கும்போது மேல்நிலைத் தேக்கத்திலிருந்து தண்ணீர் கீழ்நிலைத் தேக்கம் நோக்கி வந்து, வரும் வழியில் சுழலியை இயக்கி அதன் வழியாக மின்னாக்கியை இயக்கி மின்சாரத்தை உருவாக்குகிறது.

இது தினம் தினம் மின் சுமையைப் பொறுத்து நடக்கும் ஒரு நிகழ்ச்சி. இப்படியாக அதிர்வெண் (Frequency) அதிக அளவில் குறைந்துவிடாமல் பாதுகாக்கப்படுகிறது.

இத்தகைய இறைத்துச் சேமிக்கும் நீர் மின் நிலையம் (Pumped Hydro Storage Station) தமிழகத்தில் 400 மெகாவாட் திறனுடன் காடம்பாறை என்னு மிடத்தில் இயங்கி வருகிறது.

சாதாரண நீர் மின் நிலையங்கள், கதவணை நீர் மின் நிலையங்கள், மதகணை நீர் மின் நிலையங்கள், தொடர் நீர் மின் நிலையங்கள், இறைத்துச் சேமிக்கும் நீர் மின் நிலையங்கள் என, நீர் மின் நிலைய வரிசையில் ஒரு பட்டியலையே பார்த்தோம்.

அது சரி, நீர் மின் நிலையங்கள் இயங்க அடிப்படைத் தேவை தண்ணீர். இத்தண்ணீர் நமக்குக் கிடைக்க வேண்டுமெனில், அது ஒரே வழியால் தான் முடியும். வானிலிருந்து கிடைக்கும் மழையே அது. வான் பொய்த்து விட்டால்? அனைத்து நீர் மின் நிலையங்களும் நம்மைக் கேட்காமலேயே ஓய்வு எடுத்துக் கொள்ளும்.

ஆம். மழை பெய்யாமல் போனால், வயல்கள் மட்டுமா விண்ணை நோக்கிக் கண்ணீர் வடிக்கும்? மின்சாரம் தயாரிக்கத் தண்ணீர் இன்றி, நீர் மின் நிலையங்களும் விண்ணை நோக்கி ஏங்கித் தவமிருக்கத் தொடங்கிவிடும். நாம் செய்துவைத்த ஆயிரக்கணக்கான கோடி ரூபாய்கள் முதலீடு, எந்தப் பலனுமின்றி செத்த முதலீடாகப் போய்விடும். இயற்கையின் கருணை இருந்தால் மட்டுமே, நீர் மின் நிலையங்களால் இயங்க முடியும்.

தமிழகத்தின் மின் வலைப் பின்னலில் (State power Grid) கிடைக்கும் மின் திறனின் அளவு (2006-ம் ஆண்டில்) ஏறத்தாழ 10,000 மெகாவாட் ஆகும். இதில் சுமார் இருபது சதவிகிதம் நமக்கு நீர் மின் நிலையங்கள் மூலமே கிடைக்கிறது.

தமிழகத்தில் உள்ள நீர்மின் நிலையங்களும் அவற்றின் மின் உற்பத்தித் திறனும்:

1. ஆளியார் - 60 மெகா வாட்
2. ஆளியார் நுண் நீர் - 2.50 மெ.வாட்
3. கீழ் பவானி - 8.00 மெ.வாட்
4. கீழ் பவானி நுண் நீர் - 8.00 மெ.வாட்
5. குந்தா I - 60.00 மெ.வாட்
6. குந்தா II - 175.00 மெ.வாட்
7. குந்தா III - 180.00 மெ.வாட் - (தொடர் மின் நிலையங்கள்)
8. குந்தா IV - 100.00 மெ.வாட்
9. குந்தா V - 40.00 மெ.வாட்
10. காடம்பாறை - 400.00 மெ.வாட் (இறைத்துச் சேமித்தல்)
11. கோதையாறு I - 60.00 மெ.வாட்
12. கோதையாறு II - 40.00 மெ.வாட்
13. மரவகண்டி நுண் நீர் - 0.75 மெ.வாட்
14. முக்கூர்த்தி நுண் நீர் - 0.70 மெ.வாட்
15. மேட்டூர் அணை - 40.00 மெ.வாட்
16. மேட்டூர் குடைவு - 200.00 மெ.வாட்
17. மேட்டூர் கதவணை - 120.00 மெ.வாட்
18. பாபனாசம் - 28.00 மெ.வாட்
19. பெரியார் - 140.00 மெ.வாட்
20. பூனாச்சி நுண் நீர் - 2.00 மெ.வாட்
21. பார்சன் பள்ளத்தாக்கு - 30.00 மெ.வாட்
22. பைகாரா நுண் நீர் - 2.00 மெ.வாட்

23. பைகாரா - 59.00 மெ.வாட்

24. மோயாறு - 36.00 மெ.வாட்

25. சுருளியாறு - 35.00 மெ.வாட்

26. சர்கார்பத்தி - 30.00 மெ.வாட்

27. சோலையாறு I - 70.00 மெ.வாட்

28. சோலையாறு II - 25.00 மெ.வாட்

29. சேர்வலாறு - 20.00 மெ.வாட்

30. சாத்தனூர் - 7.50 மெ.வாட்

31. திருமூர்த்தி நுண் நீர் - 1.95 மெ.வாட்

32. வைகை நுண் நீர் - 6.00 மெ.வாட்

மொத்தம் – 1987.40 மெ.வாட்

4. அனல் மின் நிலையங்கள்

நம் மின்சாரத் தேவைகளுக்கு நீர் மின் நிலையங்களை மட்டுமே நம்பியிருக்க முடியாது. மழை எப்பொழுதும் பொழிய வேண்டும். தண்ணீரைச் சேமித்து வைக்கக்கூடிய அணைகள் வேண்டும். அணை கட்டத் தேவையான நில வசதி வேண்டும். இதெல்லாம் உலகின் பல பாகங்களில் கிடையாது. மேலும் மின் தேவைகள் அதிகமாக அதிக மாக, நீர் மின் நிலையங்களின் எண்ணிக்கை அதிகமாகிக்கொண்டே போக முடியாது.

மக்களின் மின் தேவையைப் பூர்த்தி செய்வதில் பெரும் பங்கு அனல் மின் நிலையங்களுக்குத்தான் உள்ளது. தமிழகத்தைப் பொறுத்தவரை முப்பது சதவிகிதத்துக்குக் குறைவில்லாமல் மின் திறனை அளிப்பவை அனல் மின் நிலையங்கள்தாம். அதுபோல, இந்தியாவின் மொத்த மின் உற்பத்தியிலும் பெரும்பங்கு வகிப்பது அனல் மின் நிலையங்கள்தாம்.

நீர் மின் நிலையங்களில் தண்ணீர் பாய்ந்தோடி சுழற்சியை ஏற்படுத்துவ தால், மின் உற்பத்தி நடைபெறுகிறது. ஆனால், அனல் மின் நிலையத்தில் நிலக்கரி அல்லது பிற எரிபொருள்களை எரியவைத்து கொதிகலனுள் (Boiler) வெப்பத்தை உருவாக்குகிறோம். இந்த வெப்பத்தின் மூலம் தண்ணீரை நீராவியாக்குகிறோம். நீராவியின் மூலமாக சுழலியைச் சுழல வைத்து, மின்சாரம் உற்பத்தி செய்கிறோம்.

அனல் மின் நிலையங்கள் எவ்வாறு இயங்குகின்றன என்பதைப் புரிந்து கொள்வதற்கு முன்னர், அனல் மின் நிலையங்களின் அடிப்படையான 'நெருப்பு', 'தீ' என்பது பற்றி கொஞ்சம் தெரிந்துகொள்ள வேண்டி யிருக்கிறது! என்னடா! தினம் தினம் நாம், வீட்டில் அடுப்பிலும் சிகரெட் லைட்டரிலும் பார்த்துக் கொண்டிருக்கும் ஒன்றுதானே தீ என்று கேட்கலாம். ஆனால், தீயில் பல்வேறு வகைகள் உள்ளன.

தீ

தீ என்பது அடிப்படையில் ஒரு வேதியியல் மாறுதல் நிகழ்வு. ஒரு பொருள், ஆக்சிஜன் எனப்படும் பிராண வாயுவுடன் சேரும்போது, வெப்பமும் ஜுவாலையும் தோன்றக்கூடும்.

பாஸ்பரஸ் என்ற பொருளை எடுத்து காற்று வெளியில் வைத்தால், காற்றில் உள்ள ஆக்சிஜனைச் சேர்த்துக்கொண்டு, உடனடியாக எரிந்து, அதிக அளவில் வெப்பத்தை வெளியிடும். துணிகளைத் துவைக்கப் பயன்படுத்தும் சலவை சோடா (Washing Soda) துகள்களை கையில் எடுத்துக்கொண்டு, ஒன்று அல்லது இரண்டு சொட்டு தண்ணீரை அந்த சலவை சோடா துகள்களின் மீது ஊற்றிப் பாருங்கள். உங்கள் உள்ளங்கையில் சூடு ஏறும்.

இவ்வாறு ஆக்சிஜனுடன் சேர்ந்து ஒரு பொருள் வேதி மாற்றம் அடைவது ஆக்சிடேஷன் (உயிரேற்றம்) எனப்படும். இவ்வாறு ஆக்சிடேஷன் நடக்கும்போது வெப்பம் வெளியேறினால், அதற்கு 'எரிதல்' (Combustion) என்று பெயர். எரிதல் தொடர்ந்து நடக்க வேண்டு மானால் இரண்டு விஷயங்கள் தேவை. எரிபொருள் மற்றும் ஆக்சிஜன்.

சில நேரங்களில் இந்த எரிதலின் விளைவாக 'தீ' என்பது தோன்றுகிறது. எல்லாவித எரிதலின்போதும் தீ தோன்றாது. தீ என்பது ஒரே மாதிரியான தல்ல! உண்மையில் 'தீ' என்பது பலவகைப்படும். தீயை A, B, C, D, E என ஐந்து வகையாகப் பிரிக்கலாம்.

A வகைத் தீ என்பது, சாதாரண மரக்கட்டைகள், காகிதக் கழிவுகள், துணிக் கிழிசல்கள் போன்றவை எரிபொருளாக இருக்கும்போது உருவாவது. இதன் விளைவாக கரித்துண்டுகள் (charcoal) அல்லது கரிப்படிமங்கள் தோன்றக் கூடும். இத்தகைய தீயை அணைப்பதற்கு, எரியும் இடத்தில் மேலும் எரிபொருள் சேராத வண்ணம் காகிதக் குப்பை, துணித்துண்டுகள் போன்றவற்றை அப்புறப்படுத்துவது ஓர் எளிய வழிமுறையாகும். அதாவது, எரிந்து கொண்டிருக்கும் குப்பையினை அணைப்பதை விட, எரிபொருள் மேலும் தீயில் விழாமல் பார்த்துக் கொண்டாலே போதும்.

அடுத்ததாக, அதிக அளவில் தண்ணீரை இத்தீயினில் ஊற்றுவதன் மூலம் தீ அணைந்துவிடும் வாய்ப்பு உள்ளது. தண்ணீர் ஊற்றுவதன் மூலம் வெப்பத்தைத் தணிக்கிறோம். வெப்பம் அடங்கும் அளவு, அதிகமாகத் தண்ணீரைப் பயன்படுத்தினால்தான் தீ அணைந்ததற்கு உத்தரவாதம் ஏற்படும். தீ ஏற்பட்ட இடத்தில் உள்ள காற்று, தொடர்ந்து அதிக வெப்பத்திலேயே உள்ளது. இந்நிலையில், எரிபொருள் துண்டு எதுவும் அரைகுறையாக எரியாத நிலையில் இருந்தால், தீ மீண்டும்

தோன்றுவது எளிது. இதன் காரணமாகவே, இத்தகைய 'A' வகைத் தீயை அணைக்கும்போது அதிகத் தண்ணீரை உபயோகிக்க வேண்டும்.

இத்தகைய A வகைத் தீயினை அணைக்க, தண்ணீர் போல் சோடா அமிலம் கொண்ட தீ தடுப்பான்களும் (Soda Acid Fire Extinguishers) பயன்படுத்தப்படுகின்றன. இவை சுவற்றில் மாட்டக்கூடியவை. இத்தகைய தீ அணைப்பான்கள் ஒன்பது லிட்டர் கொள்ளளவு கொண்ட வையாக இருக்கும். சுமார் 560 கிராம் எடை கொண்ட சோடியம் பை கார்பனேட் (Sodium Bi-Carbonate) என்ற உப்பு, சுமார் ஏழு அல்லது எட்டு லிட்டர் தண்ணீரில் கரைக்கப் பெற்று இத் தீ அணைப்பானுக்குள் நிரப்பப்பட்டுள்ளது. அத்துடன், இதன் மேல் பகுதியில் உள்ள சிறிய கண்ணாடிக் குடுவையினுள் சுமார் 80 முதல் 100 கிராம் எடை அளவுக்கு அடர் கந்தக அமிலம் (Concentrated Sulphuric Acid) நிரப்பப்பட்டிருக்கும்.

தீ ஏற்பட்டவுடன், இத்தீயணைப்பானின் தலைப்பகுதியில் உள்ள திருகியை அழுத்தினால், அது உள்ளே உள்ள கந்தக அமிலக் குடுவையில் இடித்து உடைத்துவிடும். இந்தக் கந்தக அமிலம், உள்ளே உள்ள சோடியம் பை கார்பனேட் என்ற உப்புக் கரைசலுடன் கலந்து வேதி மாறுபாட்டினை உருவாக்குகிறது.

இந்த வேதி மாறுபாட்டினால் உருவாகும் கரியமில வாயு (Carbon di-oxide), தீயணைப்பானின் உள்ளே உள்ள தண்ணீர், அமிலம் மற்றும் பைகார் பனேட் கலந்த கரைசலை வெளியேற்ற தேவையான அழுத்தத்தை அளிக்கிறது. இந்தக் கரைசலை தீயின் மேல் அடித்தால், வெப்பம் தணிந்து தீ அணைந்துவிடும். மின் கசிவு மற்றும் மின் இணைப்புகளில் ஏற்படும் தீ மற்றும் தீ விபத்துகளை அணைக்க, இத்தகைய தீயணைப் பான்களை ஒருக்காலும் பயன்படுத்தக் கூடாது. இத்தகைய தீயணைப் பான்களை உபயோகித்த பின்னர், நமது கைகளை நன்கு சுத்தம் செய்யவேண்டும்.

இத்தகைய தீயணைப்பான்கள், கூம்பு போன்ற வடிவம் (Conical shape) கொண்டதாக இருக்கும். திரைப்பட அரங்குகளிலும் அலுவலகங் களிலும் நாம் இவற்றை எளிதில் காணமுடியும்.

B வகைத் தீ என்பது திரவப் பொருள்கள் எரிவதால் உண்டாவது. அதாவது, உருகும் அல்லது உருகி எரியும் தன்மை கொண்ட மெழுகு, வார்னிஷ் கலவைகள், பெட்ரோல், டீசல், மண்ணெண்ணெய் போன்றவை, சாயப்பூச்சுக்கள் (Paints), சிலவகை வேதி திரவக் கரைசல்கள் (Solvents) போன்ற எரியும் திரவப்பொருள்கள்.

இந்த வகைத் தீயில் எரிபொருள் எரியும்போது அல்லது அதற்கு முன்னர், வெப்பத்தில் உருகி நீர்ப்பரப்பின் மீது திவலைகளாக (Traces of

Oil) மிதக்கும் தன்மை கொண்டது. எனவே, இத்தகைய திரவ எரிபொருள்கள் தீப்பற்றிக் கொண்டால், தண்ணீர் ஊற்றி தீயை அணைக்க முடியாது. நாம் எவ்வளவுதான் தண்ணீரைப் பாய்ச்சி அடித்தாலும், எண்ணையான எரிபொருள் மீண்டும் மீண்டும் நீரின் மேற்பரப்பில் மிதந்து வந்து எரிந்துகொண்டு இருக்கும். எனவே, இத்தகைய B வகைத் தீயை அணைப்பதற்கு நுரை ததும்பும் அணைப் பானைப் (Foam type) பயன்படுத்த வேண்டும்.

இத்தகைய தீயணைப்பான்கள் ஒன்பது லிட்டர் அளவில் கையால் எடுத்துச் சென்று பயன்படுத்தும் வண்ணம் அமைக்கப்பட்டுள்ளன. அது தவிர்த்து, பெரும் ஆலைகளில் ஏற்படும் தீ விபத்தைத் தவிர்க்க, வண்டிகளில் வைத்துத் தள்ளிக்கொண்டு போகத்தக்க வகையில் எழுபது லிட்டர் அளவிலும் உள்ளன.

இத்தகைய அணைப்பான்களில், உள்கூடு ஒன்றும் வெளிக்கூடு ஒன்றும் கொண்ட அமைப்பு கையாளப்படுகிறது. உள்கூட்டினுள் அலுமினிய சல்பேட் என்ற அமில திரவம் இருக்கும். வெளிக்கூட்டினுள் சோடியம் பை கார்பனேட் என்ற கார திரவமும், கோந்து, துருக்கி சிவப்பு எண்ணெய் (Turkey Red Oil) அல்லது சோபோனின் (Soponine) போன்ற ஏதேனும் ஒரு பிசுபிசுப்பான பொருள் கலக்கப்பட்டிருக்கும்.

தீயை அணைக்க முற்படும்போது, அணைப்பானின் தலைப்பகுதியில் உள்ள திருகியை வேகமாக அடித்து அணைப்பானைத் தலைகீழாகப் பிடிப்பதால், உள்கூட்டில் உள்ள அமிலக்கரைசலும் வெளிக்கூட்டில் உள்ள காரக்கரைசலும் கலந்து வேதி மாறுதலுக்கு உள்ளாகி, கரியமில வாயுவை உருவாக்குகின்றன. அழுத்தத்துடன் வெளியாகும் கரியமில வாயு, பிசுபிசுப்புப் பொருள்களுடன் கலப்பதால் நுரை பொங்குகிறது. இந்த நுரை, சுமார் ஆறு முதல் ஏழு மீட்டர் தூரம் வரை பாய்ச்சி அடிக்கும் திறனுடன் உள்ளது.

திரவ எரிபொருள்கள், நீர்ப்பரப்பின் மேல்தளத்தில் திவலைகளாக மிதக்கும் தன்மை கொண்டவை என்று பார்த்தோம். எனவே, இத்தகைய எரிபொருளை அகற்றுவது மிகவும் கடினம். மேலும் இவ்வகை எரிபொருள்கள் எளிதில் தீப்பற்றிக்கொள்ளும் தன்மையும் உடையன. இதனால், நாம் ஒருபுறத்தில் எரிபொருளை அகற்ற முற்படுகையில், மறுபுறத்தில் குறைந்த வெப்பத்தில் இந்த எரிபொருள் தீப்பற்றிக் கொள்ளும் தன்மை உடையது.

எனவே, இத்தகைய தீயை அணைப்பதற்கு, காற்றை அதாவது ஆக்சிஜனைத் தடை செய்ய வேண்டியுள்ளது. எனவேதான், நுரை போன்ற பொருளை நீரில் மிதக்கும் எண்ணெய்த் திவலைகள் மீது

தெளிக்கும்போது, அவை அனைத்தும் நுரையினால் நன்கு மூடப்பட்டு, தீயினுள் ஆக்சிஜன் நுழையாவண்ணம் தடை செய்கிறது. இதனை 'போர்வையிடுதல்' (Blanketing) என்று கூறுவர்.

இத்தகைய B வகைத் தீயணைப்பான்கள் அனைத்து பெட்ரோல் நிலையங்களிலும் வைக்கப்பட்டிருக்கும்.

C வகைத் தீ, சமையல் எரிவாயு (Liquified Petroleum Gas) மற்றும் கரைந்த அசிட்டிலின் வாயு (dissolved Acetylene Gas) போன்ற வாயு உருவில் உள்ள எரிபொருள்கள் எரிவதால் உண்டாவது. இத்தகைய தீயினை தண்ணீர் ஊற்றி அணைக்க இயலாது. ஏனெனில், தண்ணீர் அடர்த்தியும் எடையும் அதிகமான பொருள். நீரை ஊற்றினாலும், நீர் தரையை நோக்கிப் பாய்ந்துவிடும் தன்மை உடையது. வாயு எரிபொருளோ வானை நோக்கிச் செல்லும்.

இத்தகைய தீயை அணைப்பதற்கு உலர்ந்த வேதித் துகள்கள் (dry chemical powder) நிரப்பப் பெற்ற அணைப்பான்களைப் பயன்படுத்துகிறோம். இந்த வகை அணைப்பான்களில், தூளாக்கப்பட்ட சோடியம் பை கார்பனேட் 97 சதவிகிதம், மக்னீசியம் ஸ்டிமேட் 1.5 சதவிகிதம், மக்னீசியம் கார்பனேட் 1 சதவிகிதம், ட்ரைகால்சியம் சல்பேட் 0.5 சதவிகிதம் ஆகிய வேதிப் பொருள்கள் குறிப்பிட்ட விகிதத்தில் கலந்து அடைக்கப்பட்டிருக்கும். இத்தகைய துகள்களுள் ஈரப்பதம் சிறிதும் இருக்கக் கூடாது. அவ்வாறு இருந்தால், இவை கட்டி தட்டிப் போய்விடும்.

தீயை அணைப்பதற்கு இந்த அணைப்பானைப் பயன்படுத்தும்போது, வேதி மாற்றம் ஏற்பட்டு கரியமில வாயு உருவாகிறது. இந்த வாயுவின் அழுத்தத்தினால், இந்த வெள்ளைத்துகள் மிக அதிக வேகத்துடன் வெளியேற்றப்படுகிறது.

இந்த வகை அணைப்பான்களில் நீரின் தொடர்பு ஏதும் இல்லை என்பதால், இவ்வகை அணைப்பான்களை மின்கருவிகளில் ஏற்படும் தீயினை அணைக்கவும் பயன்படுத்தலாம். தொழிற்சாலைகளில் மின் சாதனங்கள் உள்ள இடங்களில் இந்த வகை தீ அணைப்பான்களைக் காணமுடியும்.

சிலவகை உலோகங்களும் தீப்பிடிக்கும் தன்மை கொண்டவை. உதாரணமாக சோடியம், மக்னீசியம், பொட்டாசியம் போன்ற உலோகங்கள் எளிதில் தீப்பிடிக்கும் வாய்ப்புகளைப் பெற்றவையாகும். எங்கெல்லாம் உலோகம் எரிபொருளாகத் தன்னை இணைத்துக் கொண்டு தீயினை வரவழைக்கின்றதோ அல்லது எரியும் தீயினை ஊக்குவிக்கின்றதோ, இவ்வகைத் தீ D வகையைச் சார்ந்ததாகும்.

இத்தகைய தீ எரியும்போது, தீப்பிழம்பு - பச்சை, நீலம், வெளிர் சிவப்பு போன்ற வண்ணங்களில் தோன்றும். இந்த வகைத் தீயை, தீபாவளி மத்தாப்புக்களில் பார்க்கலாம். இந்த மத்தாப்பு தயாரிக்கும் வேதிக் கலவையில், மேலே குறிப்பிட்ட உலோகத் துகள்கள் சில கலக்கப் பட்டிருக்கும். இந்த வகைத் தீயைக் கட்டுப்படுத்த உலர்ந்த மணல் அல்லது சிறப்பாகத் தயாரிக்கப்பட்ட வேதித் துகள்கள் (Dry chemical powder) பயன்படுத்தப்படுகின்றன.

இறுதியாக, E வகைத் தீ. மின்சாரத் தொடர்பான சாதனங்களில் ஏற்படும் தீ, இந்த வகையைச் சார்ந்தது. இத்தகைய தீ பரவுவதற்கு அல்லது ஏற்படுவதற்கு அடிப்படையில் மூன்று காரணங்கள் உள்ளதாகக் கண்டு பிடிக்கப்பட்டுள்ளது.

1. மின் சுமை, குறிப்பிட்ட அளவுக்கு மேல் மின் கடத்திகளில் செல்லும்போது (Overloading) வெப்பம் ஏற்படுகிறது. கடத்திகளின் மேல் பாகம் - ரப்பர், பிளாஸ்டிக் போன்ற கடத்தாப் பொருள் களைக் கொண்டு செய்யப்பட்ட போதிலும், வெப்பச் சுமை தாங்காது இத்தகைய பொருள்கள் உருகி தீப்பிடிக்க ஏதுவாகின்றன.

2. மின் இணைப்பில் பழுது அல்லது விபத்து ஏற்படும்போது, மின்னோட்டம் உள்ள மின் கம்பிகள் ஒன்றை ஒன்று தொடுவதால் தீ விபத்து ஏற்படும் வாய்ப்பு மிக அதிகம். இதேபோல் ஷார்ட் சர்க்யூட் ஏற்படும்போதும், தீ விபத்துகள் தோன்றக் கூடும். இது மட்டுமின்றி, நெடுந்தூர மின் பாதைகளில் மின்னல் போன்றவை தாக்குவதால் ஏற்படும் மின் அதிர்வுகளும் தீயினை ஏற்படுத்தும் திறன் கொண்டவை.

3. மின்னியல் சாதனங்களை இயக்கும்போது, தவறான இயக்கத்தின் காரணமாகப் பழுது ஏற்பட்டு தீ விபத்து ஏற்படக் கூடும்.

இவை மட்டும்தான் மின்சாதனத் தீ ஏற்படுவதற்கு காரணங்களா? இதற்கு அப்பால் நாம் செய்யும் ஓர் அடிப்படைத் தவறுதலின் காரணமாக, மின் சாதனங்களில் தீ விபத்து ஏற்பட வாய்ப்பு உள்ளது. நகர்ப்புறங்களிலும் கிராமப்புறங்களிலும், குடிசைப் பகுதிகளில் ஏற்படும் பெரும்பாலான தீ விபத்துகளுக்கு இந்தத் தவறு ஒன்றே காரணமாக உள்ளது.

இந்திய தரக் கட்டுப்பாட்டுக் கழகம் நிர்ணயித்த தரச் சான்றிதழ் (ISI) பெற்ற உற்பத்தியாளர்கள் உற்பத்தி செய்யும் பொருள்களை வாங்காது, விலை மலிவு என்ற காரணத்துக்காக, நடைபாதைக் கடைகளிலிருந்து நாம் வாங்கும் தரம் குறைந்த மின் சாதனங்கள்தாம் பெரும்பாலான மின் சாதனத் தீ விபத்துகளுக்குக் காரணமாக அமைந்துவிடுகின்றன.

மின் சாதனங்களில் தீ ஏற்படும்போது, உலர்ந்த மணல், கரியமில வாயு, மெத்தில் புரோமைட் (Methyl Bromide), கார்பன் டெட்ரா குளோரைடு (Carbon Tetra chloride - CTC) திரவம் போன்றவற்றை உபயோகித்துத் தீயை அணைக்கலாம். ஆனால், எந்த அணைப்பானைப் பயன்படுத்துவதாக இருந்தாலும் முதலில் செய்ய வேண்டியது மின் இணைப்பைத் துண்டிப்பதாகும். அதன் பின்னர், மேலே குறிப்பிட்ட ஏதேனும் ஒரு வகையில் தீயைக் கட்டுப்படுத்தி, பரவாமல் தடுக்க முயற்சி செய்யலாம்.

இத்தகைய மின்சாதனங்களில் ஏற்படும் தீயைக் கட்டுப்படுத்தவும் அணைக்கவும் வசதியாக, கரியமில வாயு நிரப்பப்பட்ட தீயணைப் பான்கள் உள்ளன. சாதாரணமாக எட்டு அல்லது பதினைந்து கிலோ கிராம் எடையில் இவை கிடைக்கின்றன. சமீப காலங்களில், வீட்டு உபயோகத்துக்காக ஒரு கிலோ எடை கொண்ட தீயணைப்பான்கள் கூட இன்று கிடைக்கின்றன

இந்த அணைப்பானின் தலைப்பாகத்தில் ஒரு திருக்கையும், அதன் கீழ் பாகத்தில் குழாய் போன்ற ஓர் அமைப்பும் இணைக்கப்பட்டிருக்கும். தீ இருக்கும் இடத்தை நோக்கிக் குழாயை வைத்துக்கொண்டு திருக்கையைத் திருகினால், உள்ளே உள்ள கரியமில வாயு வேகமான அழுத்தத்துடன் எரியும் தீயின்மீது மோதிப் பாயும். இதனால், போதிய ஆக்சிஜன் கிடைக் காமல் தீ உடனே அணைந்துவிடும்.

மற்ற அணைப்பான்களைப் போலல்லாது இந்தக் கரியமில வாயு அணைப்பான்களை, தேவைப்படும் அளவுக்கு மட்டும் பயன்படுத்திக் கொள்ளலாம். உதாரணமாக, ஓர் இடத்தில் ஏற்பட்ட தீயை அணைத்த பின் திருக்கையை மூடி வைத்துவிட்டால், மீண்டும் வேறு ஓர் இடத்தில் தீ ஏற்படும்போது பயன்படுத்த முடியும். இத்தகைய வசதி, வேதியியல் துகள் அல்லது நுரை அல்லது சோடா அமில அணைப்பான்களில் சாத்தியமில்லை.

கரியமில வாயு தீ அணைப்பான், மின்சாதனத் தீயைக் கட்டுப்படுத்த மிகவும் ஏற்றது. இந்த வாயு, மின்சாதனங்களை மாசுபடுத்தும் தன்மை கொண்டதல்ல. மேலும், குளிரூட்டும் திறன் கொண்டதும் கூட. மிகவும் லேசான வாயுவாக இருப்பதால், திருக்கையைத் திறந்தவுட னேயே பாய்ச்சி அடிக்கும் தன்மை உடையது. சில சமயங்களில், சில மின்னியல் சாதனங்கள் மிகவும் உள்தங்கிய நிலையில் இருக்கும்போது அத்தகைய இடத்துக்குள் ஊடுருவிச் செல்ல, இத்தகைய தீ அணைப் பான்கள் மிகவும் ஏற்றவை. இவை அனைத்துக்கும் அப்பால், கரியமில வாயு - மின்சாரத்தை கடத்தும் தன்மை கொண்டது அல்ல.

தீயைப் பற்றியும் தீயைக் கட்டுப்படுத்துவது பற்றியும் அறிந்து கொண்டோம். இப்பொழுது தீயினால் இயங்கும் அனல் மின் நிலையங் களைப் பற்றிப் பார்ப்போம்.

ஆற்றல் (Energy) என்பதை உற்பத்தி செய்யவோ அழிக்கவோ முடியாது என்பது ஒரு முக்கியமான விதி. ஆனால், ஒருவகையான ஆற்றலை வேறு ஒரு வகைக்கு மாற்ற இயலும். இதுதான் அனல் மின் நிலையங்களின் அடிப்படைத் தத்துவமாகும்.

எரியும் தன்மை கொண்ட ஒரு பொருள்வேதி மாறுதலுக்கு உள்ளாகும் போது, ஆக்சிஜனுடன் கலந்து தன்னிடமிருக்கும் வெப்பத்தை வெளியிடும். அதாவது, எரிபொருளில் அடங்கியுள்ள வேதி ஆற்றல் (Chemical Energy) எரிதல் என்னும் நிகழ்வினால் வெப்ப ஆற்றலாக (Heat Energy) மாற்றம் கொள்கிறது. இது ஓர் ஆற்றல் மாறுபாடுதானே அன்றி, ஆற்றல் உருவாக்கம் அல்ல.

அனல் மின் நிலையங்களைப் பொறுத்தவரை எரிபொருள் என்பது பெரும்பாலும் நிலக்கரியைத்தான் குறிக்கும். எனினும், சில சமயங் களில் டீசல், நாஃப்தா போன்ற பெட்ரோலிய எண்ணெய்களையும் பயன்படுத்துகிறார்கள். இந்த எரிபொருள், கொதிகலனில் (Boiler) எரிக்கப்படுகிறது.

நிலக்கரி எரிபொருளாக உள்ள மின் நிலையங்களில், கொதிகலனை முதலில் எரிய வைக்க டீசல் எண்ணெய் எரிபொருளாகவும், மற்ற நேரங்களில் எல்லாம் நிலக்கரியை எரிபொருளாகவும் பயன்படுத்து கிறோம். நிலக்கரி எளிதில் தீப்பற்றிக் கொள்ளாது. எனவேதான் டீசலை முதலில் எரிக்கத் தொடங்கி, வெப்பம் கொஞ்சம் கொஞ்சமாக அதிகரித்து நிலக்கரி எரியக்கூடிய வெப்ப நிலைக்கு வந்ததும், பின்னர் நிலக்கரியைச் சேர்க்கத் தொடங்குகிறோம்.

நிலக்கரியுள் மறைந்துள்ள வேதி ஆற்றல், தீ பற்றுவதால் வெப்ப ஆற்றலாக மாறுதல் கொள்கிறது. இந்த வெப்ப ஆற்றலைத் தண்ணீரில் செலுத்தும் விளைவினால் நீராவி உருவாகிறது. நீராவி மேலும் மேலும் சூடாகும்போது நீராவியில் அழுத்த ஆற்றல் ஏற்படுகிறது. அதாவது வெப்ப ஆற்றல், அழுத்த ஆற்றலாக (pressure) மாற்றம் செய்யப் படுகிறது. இத்தகைய அழுத்த ஆற்றல் மிக்க நீராவி சுழலிகளுக்குள் செலுத்தப்படுகையில், சுழலிகள் சுழலும் தன்மையைப் பெறுகின்றன. அழுத்த ஆற்றல் என்பது இயந்திர ஆற்றலாக மாற்றம் கொள்கிறது.

இத்தகைய இயந்திர ஆற்றல், மின்னாக்கியில் இணைந்துள்ள காந்தங் களைச் சுழற்றுகிறது. இதன் விளைவாக, கடைசியாக, மின் ஆற்றல் வெளிப்படுகிறது.

அனல் மின் நிலையத்தின் வரைபடத்தில் நிலக்கரியிலிருந்து தொடங்கி மின் மாற்றி வரையிலான துணைக் கருவிகள் வரிசைப்படுத்திக் காட்டப் பட்டுள்ளன. இன்னமும் பல துணைக் கருவிகள் இருந்த போதிலும்,

இங்கு அவை விளக்கப்படவில்லை. அடிப்படையைப் புரிந்துகொள்ள இந்த வரைபடம் போதுமானது.

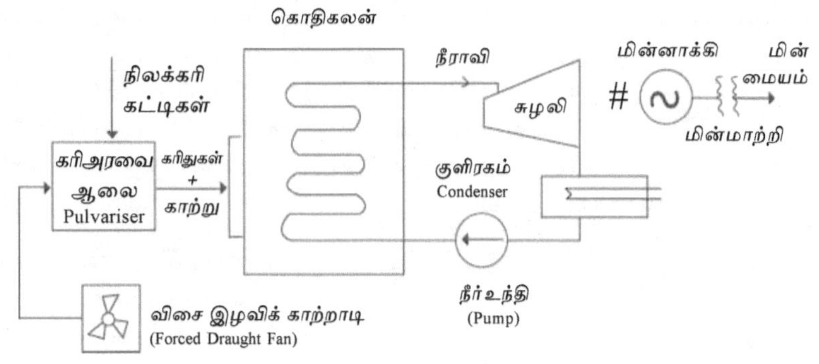

படம்-7: அனல் மின் நிலையத்தின் வரைபடம்

சுரங்கங்களில் வெட்டப்படும் நிலக்கரி, கடல் அல்லது ரயில்பாதை மூலம் அனல் மின் நிலையங்களுக்கு எடுத்து வரப்படுகிறது. உதாரணமாக, தூத்துக்குடியில் இயங்கும் அனல் மின் நிலையத்துக்கு கப்பல் மூலமும், சென்னை மற்றும் மேட்டூர் அனல் மின் நிலையங் களுக்கு ரயில்பாதை மூலமும் நிலக்கரி எடுத்து வரப்படுகிறது.

இவ்வாறு எடுத்து வரப்படும் நிலக்கரி, பெரும் பாறைகள் வடிவிலோ பெரும் பெரும் கட்டிகளாகவோதான் இருக்கும். இவற்றை நேரடியாகக் கொதிகலனுக்குள் அனுப்ப முடியாது. எனவே, இத்தகைய பாறை வடிவிலான நிலக்கரி முதலில் சிறுசிறு கட்டிகளாக (75 மில்லி மீட்டர்) உடைக்கப்படுகிறது. அதன்பின்னர், அவை இரண்டாம் கட்ட உடைக்கும் தளத்துக்கு அனுப்பப்பட்டு, சுமார் 25 மில்லி மீட்டர் அளவில் உடைக்கப்படுகின்றன.

இவ்வாறு நிலக்கரிப் பாறைகள் உடைக்கப்படும்போது, கரி தவிர்த்து பிற பொருள்கள் இருந்தால் அவை நீக்கப்படுகின்றன. பெரும்பாலும் கற்கள் மற்றும் இரும்புத்துண்டு ஆகியவை, நிலக்கரியுடன் சேர்ந்தே அனல் மின் நிலையங்களை அடைந்துவிடுகின்றன. இத்தகைய கல், கட்டை, இரும்புத்துண்டு போன்றவற்றை அகற்றுவது முக்கியமான வேலை. இவை அகற்றப்படாவிட்டால், கரியை அரைக்கும் அரவை இயந்திரங்களுக்குள் சென்று சிக்கிக் கொண்டு, இயந்திரத்தைப் பழுதாக்கிவிடும்.

கரியிலிருந்து இரும்புத் துண்டுகளைப் பிரித்தெடுக்க, கரி கொண்டு செல்லும் பாதைகளில் ஆங்காங்கே மின் காந்தங்கள் பொருத்தப் பட்டுள்ளன. காந்தத்தால் ஈர்க்கப்படும் இரும்புத்துண்டுகள் வெளியேற்றப்படுகின்றன.

அனைத்து அயல் பொருள்களும் நீக்கப்பட்ட நிலக்கரி, 25 மில்லி மீட்டர் துண்டுகளாக்கப்பட்ட பின்னர், பிரத்யேகமாக நிர்மாணிக்கப்பட்ட அரவை ஆலைகளுக்குள் செலுத்தப்படுகின்றன. இத்துடன் காற்றும் அழுத்தத்துடன் செலுத்தப்படுகிறது. இங்கு ஊதினால் பறக்கக்கூடிய அளவுக்கு சன்னமான கரித்துகள்கள் கிடைக்கிறது. இந்தக் கரித்துகள்கள் தாம் காற்றின் உதவியால் கொதிகலனுக்குள் செலுத்தப்படுகின்றன.

தீ எரிய, கரித்துகளுடன் ஆக்சிஜன் வெப்பமும் தேவை அல்லவா? எரிவதற்குத் தேவையான ஆக்சிஜன் பெரும் காற்றாடிகள் மூலம் சுற்றுப் புறத்திலிருந்து எடுத்துக் கொள்ளப்படுகிறது. டீசல் எண்ணெயை எரிய வைப்பதன் மூலம், கொதிகலனைச் சூடாக்கிக் கொள்கிறோம். நிலக்கரியைக் கொதிகலனுக்குள் செலுத்தும் முன்னர், கொதிகலனுக்குள் நிலக்கரி சென்றால் தீப்பிடித்து எரியும் தன்மையை பெற்றுவிட்டதா என்பதை உறுதி செய்து கொண்ட பின்னர்தான் செலுத்துகிறோம்.

இவ்வாறு நிலக்கரி, கொதிகலனுக்குள் சென்று எரிந்து தன்னிட மிருக்கும் வெப்பம் அனைத்தையும் வெளியிட்டபின் சாம்பலாக மாறி விடுகிறது. நிலக்கரி எரிவதால் உருவான அனைத்து வெப்பத்தையும், கொதிகலனில் நாம் நிரப்பிய தண்ணீர் பெற்றுக் கொள்கிறது. உடனே உயர் அழுத்த நீராவியாக அது மாறுகிறது.

இப்படிக் கிடைக்கும் உயர் அழுத்த, உயர்வெப்ப நீராவி, சுழலிகளின் தகடுகளில் செலுத்தப்படும்போது, சுழலி சுழலத் தொடங்கி, நமக்கு இயந்திர சக்தி கிடைக்கிறது. மின்னாக்கியில் இந்த இயந்திர சக்தி மின் சக்தியாக மாறுகிறது. இத்தகைய மின் சக்தி, மின் மாற்றிகள் மூலம் உயர் அழுத்த அளவுக்கு மாற்றப்பட்டு மாநில மின் வலைப் பின்னலில் இணைக்கப்படுகிறது.

சுழலிகளுள் செலுத்தப்படும் நீராவி, செலுத்தப்படும் நிலையில் அதிக அழுத்தத்தையும் அதிக வெப்பத்தையும் கொண்டதாக இருக்கும். இது சுழலிக்குள் சென்று, தன் வெப்ப சக்தியுடன் அழுத்த சக்தியையும் இழப்பதால், சுழலியை விட்டு வெளியேறும் நீராவி, மிக மிகக் குறைந்த அழுத்தமும் மிகக் குறைந்த வெப்பமும் கொண்டதாக இருக்கும். இத்தகைய சுழலில், இந்த நீராவியை குளிர்கலம் என்று அழைக்கப் படும் ஒரு கருவியினுள் (Condensers) செலுத்தி, நீராவியைத் தண்ணீராக மாற்றுகிறோம். இவ்வாறு குளிர்விக்கப்பட்டபின், அந்தத் தண்ணீர்

மீண்டும் அழுத்தம் அதிகம் கொண்ட நீர் உந்திகள் மூலமாகக் கொதி கலனுக்குள் செலுத்தப்படுகிறது.

அனல் மின் நிலையங்களின் செயல்திறன் அதிகபட்சமாக 40-42 சதவிகிதம் என்றுதான் இருக்கும். செயல்திறன் என்றால், எந்த அளவுக்கு வெப்ப சக்தியை மின் சக்தியாக மாற்றுகிறோம் என்பது. நூறு ஜூல் அளவுக்கு வெப்ப சக்தியை எடுத்துக் கொண்டால், அதை மின் சக்தியாக மாற்றும்போது 40-42 ஜூலுக்கு மேல் கிடைக்காது. மீதி சக்தி என்ன ஆகிறது? வெறும் விரயம்தான்!

அனல் மின் நிலையங்களின் செயல்திறனை உயர்த்த ஒரே வழி மின் ஆக்கிகளின் செயல்திறனை அதிகப்படுத்துதல் ஆகும். உதாரணத்துக்கு, 100 மெகாவாட் உற்பத்தி செய்ய நமக்கு ஒரு குறிப்பிட்ட அளவு நீராவி தேவைப்படுகிறது. தனித்தனியாக நான்கு 100 மெகாவாட் மின்நிலையம் அமைத்தால், நமக்கு மேலே குறிப்பிட்டதைப் போல நான்கு மடங்கு நீராவி தேவைப்படும்.

ஆனால், இதே அளவு நீராவியைக் கொண்டு பெரிய அளவு மின் ஆக்கி ஒன்றின்மூலம் மின்சாரம் தயாரித்தால், அது கிட்டத்தட்ட 500 மெகாவாட் அளவு வரை கிடைக்கும். அதாவது மின் ஆக்கியின் செயல் திறனை அதிகப்படுத்துவதன் மூலம், குறிப்பிட்ட அளவு நீராவியின் வெப்ப சக்தியில் அதிகமான பகுதியை மின் சக்தியாக மாற்ற முடிகிறது.

இதனால்தான், இன்று புதிதாகத் தொடங்கப்படும் அனல் மின் நிலையங்கள் அனைத்தும் 500 மெகாவாட் திறன் கொண்டதாக அமைக் கப்படுகின்றன. சில இடங்களில் முதலீடு மற்றும் வசதிக்குறைவு ஆகிய காரணங்களால், 210 அல்லது 250 மெகாவாட் திறனுக்கும் அனல் மின் நிலையங்களை அமைப்பதுண்டு.

முற்காலங்களில் 10, 30, 50, 60, 100, 110, 120 மெகாவாட் திறனுக் கெல்லாம் சுழலிகள் வடிவமைக்கப்பட்டன. இதில் பலவும், இன்றும் கூட இயக்கத்தில் உள்ளன. ஆனால் இவற்றின் செயல்திறன் குறைவு தான். வெறும் 25 சதவிகிதம் மட்டுமே.

சுற்றுப்புறச் சூழல் மாசுபடுதல்

நிலக்கரியினால் இயங்கும் அனல் மின் நிலையங்கள், சுற்றுப் புறங்களைப் பெரிதும் மாசுபடுத்தி விடுகின்றன. கரியினைச் சேமித்து வைக்கும் தளங்களுக்கு அருகில், கரித்துகள்கள் காற்றில் பறந்து சுற்றுப் புறத்தைப் பாதிக்கின்றன. இத்தகைய சேமிப்புத் தளங்களில் எப்போதும் தண்ணீரைத் தெளித்த வண்ணம் இருக்க வேண்டும். இல்லையேல், கரி தானே தீப்பிடித்து எரிந்து வீணாவதுடன், சுற்றுப் புறச் சூழலையும் கெடுக்கும் வாய்ப்புள்ளது.

கரி கொதிகலனில் எரிந்து சாம்பலான பின், அந்தச் சாம்பல், புகைபோக்கி (Chimney) வழியே வெளியேறி சுற்றுப்புறத்தை மாசுபடுத்துகிறது. சில கருவிகளைப் பொருத்துவதன் மூலம் சாம்பலில் உள்ள பெரும் துகள்கள் சுற்றுப்புறத்தில் கலக்காமல் தடுக்கப்படுகிறது. ஆனாலும் நுண்பொருள்கள் சுற்றுப்புறத்தில் கலப்பதன் மூலம் ஏற்படும் மாசுபடுதலை, தடுக்க முடியவில்லை என்பதை நாம் ஒப்புக்கொண்டே ஆக வேண்டும்.

அதுமட்டுமின்றி, சாம்பலுடன் சேர்ந்து புகை போக்கி வழியே வெளியேறும் புகையினுள் கலந்திருக்கும் கந்தக டயாக்ஸைட் வாயு (Sulphur dioxide) மிகவும் ஆபத்தானதும் கூட! தவிர, புகை போக்கி வழியே வெளியேறும் புகை அதிக வெப்பமும் கொண்டது (150 டிகிரி செண்டிகிரேட்). இந்த வெப்பம்கூட சுற்றுப்புறங்களை மாசுபடுத்துகிறது.

எத்தனை மாசு ஏற்பட்டாலும், நமக்கு மின்சாரம் இன்றி வாழ்வில்லை என்று வந்தபின், சுற்றுப்புறப் பாதகங்களை இயன்ற அளவு குறைத்துக் கொண்டு, அனல் மின் நிலையங்களை இயக்கியே ஆக வேண்டிய கட்டாயத்தில் நாம் இன்று இருக்கிறோம். அனல் மின் நிலையங்களால் 30-40 ஆண்டுகளுக்கு முன்பு இருந்த சுற்றுப்புற மாசுபடுதல் நிலை, இன்று பெருமளவு குறைந்துவிட்டது. கடினமான சட்டதிட்டங்களும் ஆராய்ச்சிகளும் தினந்தோறும் வந்து கொண்டிருப்பதால், சுற்றுப்புற மாசு குறைக்கப்படும் என்பது உறுதி.

சில குறைபாடுகள் இருந்தபோதும் நிலையான மின் சக்தியை அளிக்கவல்லவை அனல் மின் நிலையங்களே! நீர் மின் நிலையங்கள் போன்று வானம் பார்த்து மழை வராதா என்று ஏங்க வேண்டியது இல்லை. ஆண்டு முழுவதும் நிலையாக இயங்கக் கூடிய சக்தியைப் பெற்றவை இவை. நிலக்கரியும் தண்ணீரும் மட்டும் தங்கு தடையின்றிக் கிடைத்துவிட்டால், மின்சாரம் தொடர்ந்து உற்பத்தி செய்யப்படும்.

அனல் மின் நிலையங்களில், கொதிகலனும் சுழலியும் மின்னாக்கியும் ஒன்றுடன் ஒன்று இணைந்து செயல்பட பலவிதமான துணை இயந்திரங்கள் தேவை. மின் நிலையத்தின் திறனை மேம்படுத்த, மேலும் சில துணைக் கருவிகள் தேவைப்படுகின்றன. இந்த இயந்திரங்களைக் கீழ்க்கண்டவாறு பிரிக்கலாம்.

1. கரி கையாளும் பிரிவு (Coal Handling System)

2. காற்று கையாளும் பிரிவு (Air Handling System)

3. நீராவி கையாளும் பிரிவு (Steam System)

4. நீர் வெப்பப்படுத்தும் பிரிவு (Feed water Heating System)

5. நீர் குளிரூட்டும் பிரிவு (Condensation System)

6. சாம்பல் கையாளும் பிரிவு (Ash Handling System)

7. மின் வெளியேற்றும் பிரிவு (Electrical System)

இவை தவிர்த்து கொதிகலன், சுழலி, மற்றும் மின்னாக்கிகளுக்கான பாதுகாப்பை முன் நிறுத்தி பல கருவிகள் இயங்குகின்றன. முக்கியமாக - கரி எரிதலைக் கண்காணிக்க, கட்டுப்படுத்த, கொதிகலனைப் பாதுகாக்க என்பதற்காகவே தனியாக ஒரு துறை, அனல் மின் நிலையத்துள் இயங்கி வருகிறது.

கரி கையாளும் பிரிவு

அனல் மின் நிலையங்களில் அதிக இடத்தை ஆக்கிரமித்துக் கொள்வது இந்த நிலக்கரி சேமிப்புத் தளங்கள்தாம். ஓர் அனல்மின் நிலையத்துள், பல கொதிகலன்கள் (Boilers) இயங்கக்கூடும். ஒரு கொதிகலனுக்கு ஒரு நாளைக்கு எவ்வளவு கரி தேவைப்படும் என்பதன் அடிப்படையில், ஒரு மாதத்துக்குத் தேவையான அளவு நிலக்கரியைச் சேமித்து வைக்கும் அளவுக்கு சேமிப்புத் தளங்கள் உருவாக்கப்பட வேண்டும். நிலக்கரி தீப் பிடிக்காமல் இருக்க, அவ்வப்போது அதன்மீது தண்ணீர் தெளித்துக் கொண்டே இருக்க வேண்டும். அந்த சேமிப்புத்தளம் முழுவதும், நீர் பீய்ச்சி அணைப்பான்களின் (Water Hydrants) கட்டுப்பாட்டு எல்லைக்குள் இருக்க வேண்டும்.

கரி, சேமிப்புத் தளத்தில் இருந்து நகரும் படுக்கைகள் (Conveyor Belts) மூலம் உடைக்கும் தளத்துக்கு எடுத்துச் செல்லப்படுகிறது. அங்கிருந்து அரவை இயந்திரங்கள் உள்ள இடத்துக்கு எடுத்துச் செல்லப்படுகிறது.

கரி அரவை இயந்திரங்கள் பல மாதிரிகளில் உள்ளன. சுத்தியல் முறையில் கரியினைத் தட்டி உடைத்து துகள்களாக மாற்றும் முறையும், நம் வீட்டில் இட்லி, தோசைக்கு மாவு அரைக்கும் இயந்திரத்தின் அமைப்பைப் போலவே கரியை அரைக்கும் இயந்திரங்களும் அதிக அளவில் உள்ளன. இரண்டு தகடுகளுக்கு இடையில் கரியை அரைக்கும் இயந்திரங்களும் உண்டு. இவ்வாறு பல அரவை இயந்திரங்கள் இருந்த போதும், நவீன தொழில் நுட்பத்தின் காரணமாக, உருளை வடிவிலான அரவை இயந்திரங்களே அதிக அளவில் பயன்படுத்தப்படுகின்றன.

இத்தகைய அரவை இயந்திரங்களில் சல்லடைகள் உள்ளன. அரைக்கப் பட்ட கரித்துகள் நமக்கு எந்த அளவுக்கு வேண்டுமோ, அந்த அளவுக்கு சன்னமாக எடுத்துக்கொண்டு, மீதமுள்ள தடிமனான கரித்துகள்களை மீண்டும் அரைக்கும் பகுதிக்கே தள்ளிவிடுவதுதான் இந்தச் சல்லடை களின் பணி. அரவை இயந்திரத்துள் செலுத்தப்படும் கரியில் உள்ள ஈரத் தன்மையை போக்க உஷ்ணமான காற்று உள்ளே அனுப்பப்படுகிறது. அதை அடுத்து அதிக உஷ்ணம் ஆகி அரவை இயந்திரத்துள்ளேயே கரி தீப்பற்றிக் கொள்ளாதிருக்க, குளிர்ந்த காற்றும் செலுத்தப்படுகிறது.

58

இப்படி உஷ்ணக் காற்றும் குளிர் காற்றும் உள்ளே செலுத்தப்படுவதால், அரவை இயந்திரத்துள் அழுத்தம் அதிகரிக்கிறது. இந்த அழுத்தத்தின் துணை கொண்டு, அரைக்கப்பட்ட கரித்துகள்கள் வேறு இயந்திர உதவியின்றி, கொதிகலனின் நான்கு மூலைகளுக்கும் அனுப்பப் படுகிறது.

காற்று கையாளும் பிரிவு

தலைப்பே புதுமையாகத் தோன்றக்கூடும்! காற்று இல்லாவிட்டால் தீ நிலைக்க முடியாது. எனவே, தீ ஒழுங்காக எரியவும் மின் உற்பத்தியில் அதிக அளவு திறனை எட்டவும் காற்று பல வழிகளில் உபயோகப் படுத்தப்படுகிறது.

தீயை நன்கு எரிய வைப்பதற்கும் நிலக்கரியிலிருந்து ஈரப்பதத்தை அகற்றுவதற்கும் அரைக்கப்பட்ட நிலக்கரித் துகள்களை கொதி கலனுக்கு எடுத்துச் செல்வதற்கும், காற்று பயன்படுத்தப்படுகிறது.

முதலில் விசை இழுவிக் காற்றாடி (Forced Draught Fan) என்னும் பெரிய காற்றாடி, சுற்றுப்புறத்திலிருந்து காற்றை உறிஞ்சி, ஒரு பகுதியை கொதி கலனுக்கும், ஒரு பகுதியை கரி அரைக்கும் அரவை இயந்திரங்களுக்கும் அளிக்கிறது.

கொதிகலனிலிருந்து வெளியேறும் புகை அதிக வெப்பம் கொண்டதாக இருக்கும். இந்த வெப்பத்தை அப்படியே புகை போக்கி மூலம் வெளியே அனுப்பினால் சுற்றுப்புறம் மாசுபடும்; கொதிகலனின் திறனும் குறையும். எனவே, இந்தப் புகையில் உள்ள வெப்பத்தைக் கிரகிப்பதற்கு, குறைந்த வேகத்தில் சுழலும் வெப்ப மாற்றி என்ற கருவி பயன்படுகிறது.

முதன்மைக் காற்றாடி (Primary Airfan) என்பதும் சுற்றுப்புறத்தில் இருந்து காற்றை உறிஞ்சுகிறது. இந்தக் காற்றை புகையில் இருக்கும் வெப்பத் தால் மேலே செல்ல வெப்ப மாற்றியின் வழியாக சூடாக்குகிறோம். இவ்வாறு சூடான முதன்மைக்காற்று (Hot Primary air) அரவை இயந்திரங் களுக்குள் அனுப்பப்படுகிறது. இது நிலக்கரியினுள் உள்ள ஈரப்பதத்தை அகற்றி, நிலக்கரி நன்கு எரியும் தன்மையை ஏற்படுத்துகிறது. அரவை இயந்திரத்துள், அழுத்தமான காற்றும் நிலக்கரித் துகளும் சேர்ந்து நல்ல சுழற்சியுடன் கொதிகலனுக்குள் செலுத்தப்படுகிறது. கொதிகலனுள் தீ நன்கு நிலைத்து எரிவதற்கு, மேலும் பல வழிகளில் காற்று அனுப்பப் படுகிறது.

கொதிகலனுள் கரி எரிந்தபின் புகை உண்டாகிறது. இந்தப் புகையை, தொடர்ந்து அப்புறப்படுத்த வேண்டும். இதற்காக 'தூண்டல் விசைக் காற்றாடி' (Induced Draught Fan) இயக்கப்படுகிறது. இக்காற்றாடி, புகை

போக்கிக்கு அருகில் இருக்கும். கொதிகலனிலிருந்து, புகையும் சாம்பலும் கலந்த கலவை இக்காற்றாடியின் உறிஞ்சு திறனால் வெளியேறி, புகையிலிருந்து சாம்பலைப் பிரித்தெடுக்கும் கருவிக்குள் (Electro Static Precipitator) செல்கிறது. இக்கருவிக்குள் சாம்பல் பிரித் தெடுக்கப்பட்டு, புகை மட்டும் புகை போக்கி மூலம் வெளியேறுகிறது.

அனல் மின் நிலையத்தில், மின் உற்பத்தியைத் தொடங்க, இயந்திரங் களை இயக்கும்போது, முதலில் இயக்கப்படுவது இந்த தூண்டல் விசைக் காற்றாடிதான்.

நீராவி கையாளும் பிரிவு

கொதிகலன் உள்ளே மீண்டும் மீண்டும் பல நிலைகளில் சூடு ஏற்றப்பட்டு, உயர் அழுத்த உயர் வெப்ப நீராவி வெளியேறுகிறது. இதன் வெப்பம் சுமார் 550 டிகிரி செண்டிகிரேட் என்ற அளவில் இருக்கும். இந்த உயர் அழுத்த உயர் வெப்ப நீராவி, அதற்கென அமைக்கப்பட்ட குழாய்கள் மூலமாக கொதிகலனில் இருந்து சுழலிக்கு வருகிறது. சுழலிக்குச் செல்லுமுன் தடுப்பு அடைப்பான்கள் (Stop valves) பொருத்தப்பட்டுள்ளன. சுழலிக்கு ஏதும் ஆபத்து நேரக்கூடும் என்ற நிலை வந்தால், இந்த அடைப்பான்கள் தானே மூடிக் கொள்ளும் அமைப்பின் உதவியால் மூடிக் கொண்டுவிடும். இதன் விளைவால், சுழலிக்குள் நீராவி செல்வது தடை செய்யப்படுகிறது.

தடுப்பு அடைப்பான்களைத் தொடர்ந்து, நீராவியின் அளவைக் கட்டுப் படுத்தும் அடைப்பான்கள் (Flow Control Valves) வழியாக நீராவி, சுழலிக்குள் செல்கிறது. சுழலி அல்லது மின்னாக்கி உற்பத்தி செய்யும் மின் திறனுக்கு ஏற்ற அளவே நீராவியை சுழலிக்குள் அனுப்புதல் வேண்டும். மின்சுமை அதிகமாக இருந்தால் அதிக அளவு மின் உற்பத்தி தேவை என்பதால், நீராவியின் அளவை அதிகப்படுத்த வேண்டும். அதே போல மின் உற்பத்தியைக் குறைக்க வேண்டும் என்றால், அதற்கேற்ற விகிதத்தில் நீராவியின் அளவையும் குறைக்க வேண்டும். இந்த வேலையை, அளவைக் கட்டுப்படுத்தும் அடைப்பான்கள் செய் கின்றன. இவை தானியங்கி முறையில் (Automatic) செயல்படுகின்றன.

நீர் மின் நிலையங்களைப் போன்றே அனல் மின் நிலையங்களிலும் நீராவியின் முழுப் பயனையும் பெற, மூன்று அடுக்கு சுழலிகள் உள்ளன. இவை உயர் அழுத்த சுழலி (High Pressure Turbine), மிதமான அழுத்த சுழலி (Intermediate Pressure Turbine) மற்றும் குறைந்த அழுத்த சுழலி (Low Pressure Turbine) ஆகியவை. இவை மூன்றும் ஒரே நேர்க்கோட்டில் இணைக்கப்பட்டு இருக்கும்.

கொதிகலனில் இருந்து வெளியே வரும் உயர் அழுத்த நீராவி, முதலில் உயர் அழுத்த சுழலிக்குள் சென்று அங்கு மின் சக்தியை உருவாக்கிய

பின், வெளியே வரும்போது அதை மிதமான அழுத்த சுழலிக்குள்ளும் பின் அதிலிருந்து வரும் நீராவியை குறைந்த அழுத்த சுழலிக்குள்ளும் செலுத்துகிறோம். ஆனால், ஒவ்வொரு சுழலியுடன் ஒரு மின்னாக்கியை இணைத்து இயக்காமல், மொத்தமாக ஒரே அதிக சக்தி கொண்ட மின்னாக்கியை இந்த மூன்று சுழலிகளுக்கும் பொதுவாக ஆக்கி இயக்கிக் கொள்கிறோம். இதன் விளைவால் மின் நிலையத்தின் திறன் உயர்கிறது.

இதனை மேலும் நன்கு தெளிவாகப் புரிந்துகொள்ள, கீழ்க்கண்ட வரைபடம் (Layout) உதவி செய்யும்.

நீர் குளிரூட்டும் பிரிவு

அனல் மின் நிலையங்களில் பயன்படுத்தும் சுழலிகள், நீராவியை முக்கிய ஊடு பொருளாகப் பயன்படுத்தும் வகைக்கேற்ப வடிவமைக் கப்பட்ட ஒன்றாகும். நீராவியில் அழுத்தமும் வெப்பமும் குறையும் போது, அந்த நீராவி தன் நிலையை மாற்றி தண்ணீராக மாறிவிடும் வாய்ப்பு உள்ளது. அவ்வாறு மாறிவிட்டால், சுழலி தண்ணீரைக் கையாள்வதற்கேற்ப வடிவமைக்கப்படாததால், பெரும் பாதிப்புக் குள்ளாக நேரிடும். எனவே, இதன் விளைவாக நீராவியை தண்ணீர் என்ற திரவ நிலைக்குச் செல்ல விடாமல் பார்த்துக்கொள்ள வேண்டும்.

தண்ணீரை திறந்த பாத்திரத்தில் வைத்து அடுப்பில் கொதிக்க வைத்தால், அது அதன் கொதி நிலையான 100 டிகிரி செண்டிகிரேடில் ஆவியாகும். நம்மைச் சுற்றியுள்ள காற்று மண்டலத்தின் அழுத்தத்தில் கொதிக்கும்

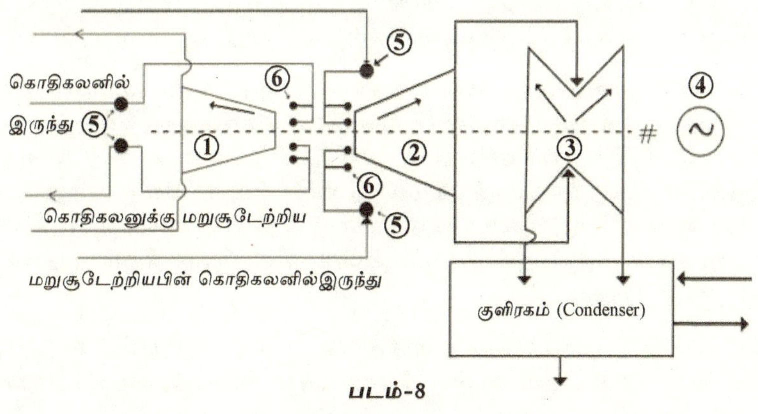

படம்-8

1. உயர் அழுத்த சுழலி 2. மித அழுத்த சுழலி 3. குறைந்த அழுத்த சுழலி
4. மின்னாக்கி 5. தடுப்பு அடைப்பான் 6. கட்டுப்படுத்தும் அடைப்பான்

போது நடப்பது இது. இதே தண்ணீரை கேஸ்கட் வைத்து அழுத்தி மூடிய பிரெஷர் குக்கரில் வைத்துக் கொதிக்க வைத்தால், குக்கருக்குள் நீராவி வர வர, அழுத்தம் அதிகமாகும். அழுத்தம் அதிகமாக அதிகமாக, தண்ணீரின் கொதி நிலையும் அதிகமாகிக் கொண்டே இருக்கும்.

சாதாரண காற்று மண்டல அழுத்தத்தைவிட ஐந்து மடங்கு அழுத்தம் இருந்தால், அந்த நிலையில் தண்ணீர், சுமார் 150 டிகிரி செண்டிகிரேட் வரும்போதுதான் ஆவியாகும். அதேபோல காற்று மண்டல அழுத்தத்தை விடக் குறைவான அழுத்தத்தில் இருந்தால், 100 டிகிரியை விடக் குறை வாக இருக்கும்போதே தண்ணீர் ஆவியாகிவிடும். முழு வெற்றிடத்தில் - அதாவது அழுத்தம் பூஜ்யமாக இருக்கும்போது - தண்ணீர் வெறும் 27 டிகிரி செண்டிகிரேட் அளவிலேயே நீராவியாகி விடும்.

குறைந்த அழுத்த சுழலிக்குள் வரும் நீராவியின் வெப்பமும் அழுத்தமும் மிகக் குறைவே. இந்த நீராவி, சுழலியின் உள்ளே இருக்கும்போதே தன்னிடம் உள்ள சக்தியை இழந்து தண்ணீராக மாறும் வாய்ப்பு உண்டு. அதனால், நாம் குறைந்த அழுத்த சுழலிக்குள் சில கருவிகளைக் (Steam Jet Air Ejectors or Vacuum pumps) கொண்டு வெற்றிடத்தை உருவாக்கு கிறோம். இதன் விளைவால், 100 டிகிரி செண்டிகிரேடைவிடக் குறைந்த வெப்பத்திலும் கூட நீராவி தன் ஆவி நிலையை விட்டு திரவ நிலைக்கு செல்லாததாகப் பார்த்துக் கொள்கிறோம்.

கொதிகலனுக்குள் நாம் செலுத்தும் தண்ணீர் ஏதோ சாதாரணமான தண்ணீர் என்று நினைத்துவிட வேண்டாம். சாதாரணத் தண்ணீரில் பலவித மான உப்புகளும் கண்ணுக்குப் புலப்படாத ஏனைய அசுத்தங்களும் கலந்தும் கரைந்தும் உள்ளன. இத்தகைய தண்ணீரை கொதிகலனில் கொதிக்க வைக்கும்போது, தண்ணீரில் உள்ள அசுத்தங்கள் ஆவியாகாமல் கசடாகத் தங்கிவிடும். இதனால் கொதிகலன் பாதிப்பு அடையும்.

எனவே, ஆற்று நீரை மிகவும் பணம் செலவழித்து, அதிசுத்த நீராக (Demineralized Water) மாற்றிய பிறகே, நாம் கொதிகலனுக்குள் அனுப்பு கிறோம். இத்தகைய தண்ணீரின் மதிப்பும் விலையும் கூடுதலாகும். இத்துடன் குறைந்த அழுத்த சுழலியினுள் தன் பணியை முடித்து வரும் நீராவியை நாம் குளிர்ப்படுத்தி, மீண்டும் தண்ணீராக மாற்றி கொதி கலனுக்குள் செலுத்துகிறோம். ஏனெனில், இந்த நீரும் அத்தனை சுத்தமான நீராகும்.

நீராவியைக் குளிர்வித்து தண்ணீராக மாற்றும் கருவியின் பெயர் குளிர்கலம் (Condenser). இதில் நிக்கல், அலுமினியம், டைட்டானியம் ஆகிய உலோகங்களால் ஆன சிறுசிறு குழாய்கள் பொருத்தப் பட்டிருக்கும். ஆற்றுத் தண்ணீர் அல்லது கடல் தண்ணீர் இக்குழாய் களின் உட்புறம் செலுத்தப்படுகிறது. வெளிப்புறம் நீராவி வந்து மோதுவதால், குளிர்ந்து நீராக மாறிவிடுகிறது.

குளிர்கலத்தில் பயன்படுத்தப்படும் நீர் ஆற்று நீராக இருந்தால், குளிர வைக்கும் கோபுரங்கள் (Cooling Towers) மூலம் மறுசுழற்சி முறையில் சூடான ஆற்று நீரைக் குளிர வைத்து, மீண்டும் குளிர்கலத்துக்குள் அனுப்புகிறோம். இதே கடல் நீராக இருந்தால், நீராவியைக் குளிர வைத்த பின்னர் மீண்டும் அது கடலுக்கே அனுப்பப்படுகிறது.

சில இடங்களில், தண்ணீர் அதிகமாகக் கிடைக்கும் நிலையில் (உதாரணம்: விஜயவாடா அனல் மின் நிலையம்) ஆற்றிலிருந்து நீரை எடுத்து குளிர்கலத்துக்குள் செலுத்தி, மீண்டும் ஆற்றுக்கே திருப்பி அனுப்புகிறோம். நீர் ஆதாரம் அதிகம் உள்ளதால், இத்தகைய இடங் களில் குளிரூட்டும் கோபுரங்கள் (Cooling Towers) அமைக்க வேண்டிய அவசியம் இல்லை. அதற்கான பொருட்செலவும் குறைகிறது.

நீர் வெப்பப்படுத்தும் பிரிவு

முன்பே கூறியபடி ஓர் அனல் மின் நிலையத்தின் திறன் அதிகபட்சம் 40 சதவிகிதம்தான். இப்படி நாற்பது சதவிகிதம் இருந்து விட்டாலே, அந்த அனல் மின் நிலையம் சிறந்த நிலையமாகத் தேர்வு பெற்றுவிடும். இந்த நாற்பது சதவிகித அளவை எட்டுவதற்கே, பல அரிய முயற்சிகளைக் கையாள வேண்டும். இத்தகைய முயற்சிகளுள் ஒன்றுதான், நீராவியை மறு சூடாக்கும் முறை (Reheating).

கொதிகலனில் நாம் அனுப்பும் தண்ணீரின் வெப்ப அளவு சுமார் 30 டிகிரி செண்டிகிரேட் (காற்று மண்டல அழுத்தத்தில்). ஆனால், கொதிகலனி லிருந்து நாம் பெறும் நீராவியின் வெப்ப அளவு சுமார் 545 டிகிரி செண்டிகிரேட் ஆகும். அதாவது கொதிகலனில் நிலக்கரியை எரித்து 515 டிகிரி செண்டிகிரேட் அளவு வெப்பத்தைப் பெற வேண்டியிருக்கிறது.

இந்த அளவு வெப்பத்தை ஒரு மணி நேரத்துக்குள் சுமார் 750 டன் அளவிலான தண்ணீருக்குள் ஏற்ற நாம் எவ்வளவு நிலக்கரியை எரிக்க வேண்டும்? அவ்வளவு நிலக்கரியை அரைக்கக் கையாளும் அரவை இயந்திரங்கள் எத்தனை வேண்டும்? இவ்வளவு நிலக்கரியை எரிக்க, எவ்வளவு காற்றை கொதிகலனுள் அனுப்ப வேண்டும்? அக்காற்றைக் கையாள எவ்வளவு சக்திவாய்ந்த மின் விசைக் காற்றாடிகளை இயக்க வேண்டும்?

இவை அனைத்தையும் கருத்தில் கொண்டு உருவாக்கப்பட்டதுதான் கொதிகலனுக்கான நீர் வெப்பப்படுத்தும் பிரிவு.

சாம்பல் கையாளும் பிரிவு

இந்தியாவைப் பொறுத்தமட்டில் இன்றைய அனல் மின் நிலை யங்களின் மிகப் பெரும் தலைவலியே, சாம்பலைக் கையாளுவதுதான். வெளியிலிருந்துகொண்டு பார்ப்பவர்களுக்கு, சாம்பலைக் கையாள்

வது என்பது மிக எளிதான காரியமாகத் தோன்றக்கூடும். ஆனால் நடைமுறையில், அனல் மின் நிலைய அதிகாரிகள் திணறிப் போவது இந்த சாம்பல் விஷயத்தில்தான்.

ஒரு 210 மெகாவாட் திறன் கொண்ட கொதிகலனை உதாரணத்துக்கு எடுத்துக் கொள்வோம். சராசரியாக நாள் ஒன்றுக்கு ஒரு கொதிகலனுக்கு 3,600 முதல் 4,000 டன் வரை நிலக்கரி தேவைப்படுகிறது. இந்த அளவு நிலக்கரியை வைத்து, சுமார் 50 லட்சம் யூனிட் மின்சாரம் உற்பத்தி செய்யப் படுகிறது. நாம் பெறுகின்ற இந்திய நிலக்கரியில், சராசரியாக 35 முதல் 42 சதவிகிதம் வரை சாம்பல் உள்ளது. எனவே, ஒரு கொதிகலன் ஒரு நாளில் 4,000 x 0.4 = 1,600 டன் சாம்பலை உமிழ்கிறது. ஓர் அனல் மின் நிலையத்துள் பல கொதிகலன்கள் இருப்பதால், நாள் ஒன்றுக்கு சேர்ந்துவிடும் சாம்பலின் அளவு மட்டும் 5,000 டன்களுக்கும் மேல்.

சுமார் முப்பது அல்லது முப்பத்தைந்து ஆண்டுகளுக்கு முன்னர், மிக மிகக் குறைந்த விலையில் இந்தச் சாம்பலை விற்க அனல் மின் நிலையத்தினர் முடிவு செய்தனர். எனினும், வாங்குவோரின் ஆதரவு குறிப்பிடும்படி இல்லை. சிமெண்ட் தயாரிக்கும் ஆலைகளில் ஒரு குறிப்பிட்ட சதவிகிதம் வரை, சிமெண்ட்டுடன் அனல் மின் நிலையச் சாம்பலைக் கலந்துகொள்ள அரசு அனுமதி அளித்தது. இப்படி அளித்தும் சாம்பலின் இருப்பு குறையாததால், சிலவகைச் செங்கற்கள், தளம் போட உதவும் கற்கள் போன்றவை தயாரிக்க இந்தச் சாம்பலைப் பயன்படுத்தும்படி அரசு ஊக்கப்படுத்தியது. அவர்களுக்கு, இந்தச் சாம்பல் இலவசமாகவே அளிக்கப்படுகிறது.

இதற்கும் அப்பால், சாலைகளில் பள்ளங்களை நிரப்புவதற்கும் சிலவகை விளை நிலங்களில் பூச்சி மருந்தாகவும் இந்தச் சாம்பல் பயன்படுத்தப் படுகிறது. இவை அனைத்துக்கும் கொடுத்து போக எஞ்சி நிற்கும் சாம்பலை நீரில் கரைத்து, சில சமயங்களில் வெளியேற்ற வேண்டி யுள்ளது. இவ்வாறு செய்வதால் சுற்றுச் சூழல் பாதிப்பு ஏற்படுகிறது.

மாசு கட்டுப்பாட்டு வாரியம், சுற்றுச்சூழல் பாதுகாப்புக்கான சில வரையறைகளை வகுத்துள்ளது. கரி எரிந்து கிடைக்கும் சாம்பல் காற்றுடன் கலந்து வெளியே போகாமல் தடுக்க, அனைத்து அனல் மின் நிலையங்களிலும் மின்சாரத்தினால் இயங்கும் கருவிகள் (Electrostatic Precipitators) நிறுவப்பட்டு இயக்கப்படுகின்றன. இதன்மூலம் சிறிது சாம்பல்கூட புகைபோக்கி வழியே வெளியே போகாது பிரித்து எடுக்கப்பட்டு, மேற்கூறிய வகைகளில் விநியோகிக்கப்படுகிறது.

மின் வெளியேற்றும் பிரிவு

மின்னாக்கிகளை வடிவமைக்கும்போது, தொழில் நுட்ப ரீதியாக மின்னாக்கியின் முனைகளில் கிடைக்கும் மின் அழுத்தத்தை (Voltage) ஒரு

குறிப்பிட்ட அளவுக்கு மேல் போகாத வண்ணம் இருக்குமாறு செய்ய வேண்டியுள்ளது. உதாரணம் கூற வேண்டுமானால், 100 மெகாவாட் மின் திறன் கொண்ட மின்னாக்கிகள் உற்பத்தி செய்யும் மின் சக்தி 11,000 வோல்ட் அளவிலும், 200 அல்லது 210 மெகாவாட் மின் திறன் கொண்ட மின்னாக்கிகள் உற்பத்தி செய்யும் மின் சக்தி 15,750 வோல்ட் என்ற அளவிலும், 500 மெகாவாட் மின் திறன் கொண்ட மின்னாக்கிகள் உற்பத்தி செய்யும் மின்சக்தி 22,000 வோல்ட் என்ற அளவிலும் இருக்கும் வண்ணம் மின்னாக்கிகள் தயாரிக்கப்படுகின்றன.

அதே நேரத்தில் மாநில மின் வலைப் பின்னல் இயங்குவதோ 230 கிலோ வோல்ட் அல்லது 400 கிலோ வோல்ட் என்ற மின் அழுத்த அளவில். எனவே, அனல் மின் நிலையங்களில் மின்னாக்கியில் இருந்து வெளி யேறும் மின் திறன், தகுந்த மின் மாற்றி (Step up Transformer) மூலம் மாநில மின் வலைப் பின்னல் அழுத்தத் திறனின் அளவுக்கு மாற்றிக்கொள்ளப் படுகிறது. அவ்வாறு மாற்றப்பட்ட பின், தகுந்த பாதுகாப்புச் சாதனங்கள் வழியாக மாநில மின் வலைப் பின்னலுடன் இணைக்கப் பெறுகிறது.

மின் மாற்றி ஒரு முக்கியமான மின் கருவி. இதைப் பற்றி பின்னர் விரிவாகப் பார்க்கப் போகிறோம்.

அனல் மின் நிலையத் தேவைகளுக்காக, பல சிறு சிறு திறன் கொண்ட மின் மாற்றிகள் பயன்படுத்தப்படுகின்றன. இவை 6,600 வோல்ட், 400 வோல்ட் மற்றும் 230 வோல்ட் என்ற அழுத்தங்களில் மின் சக்தியைத் தருகின்றன.

மொத்தத்தில், அனல் மின் நிலையச் சுய தேவை என்பது சராசரியாக ஏழு சதவிகித அளவில் இருக்கக்கூடும். ஏனைய 93 சதவிகித மின் உற்பத்தி மட்டுமே மாநில மின் வலைப் பின்னலுக்கு அனுப்பப்பட்டு, ஆலை களுக்கும் இல்லங்களுக்கும் விநியோகிக்கப்படுகிறது.

கரியல்லா அனல் மின் நிலையங்கள்

அயல்நாடுகளில், குறிப்பாக வளைகுடா நாடுகளில் பெட்ரோலியப் பொருள்கள் அதிக அளவில் கிடைக்கின்றது என்பதை நாம் அறிவோம். அத்தகைய நாடுகளில், மின்சார உற்பத்திக்கு, நாம் பயன்படுத்தும் கொதிகலனைப் போலவே கொதிகலனை நிறுவி, அதனுள் எரி பொருளாக டீசல் எண்ணெய் அல்லது இயற்கை எரிவாயு பயன்படுத் தப்படுகிறது. இத்தகைய வாயு மற்றும் டீசல் எரிவதால் கிடைக்கும் வெப்பத்தைத் தண்ணீருக்குள் செலுத்தி, நீரை நீராவியாக்கி சுழலிக்குள் செலுத்தி, மின்சாரம் உற்பத்தி செய்யப்படுகிறது.

டீசல் எண்ணெய் மற்றும் எரிவாயு எரிபொருளாகப் பயன்படுத்தப்படும் கொதிகலன்கள், நிலக்கரியை எரிபொருளாகப் பயன்படுத்தும்

கொதிகலனைவிட அளவில் சற்றே சிறியதாக இருக்கும். இந்தக் கொதிகலனில் அதிகபட்ச வடிவமைப்பு மாற்றங்கள் ஏதுமில்லை. கீழே கொடுக்கப்பட்டுள்ள அட்டவணையில் இருந்து, நிலக்கரி, டீசல், எரிவாயு போன்றவற்றை எரிபொருளாகப் பயன்படுத்தும் கொதிகலன் களுக்கு இடையேயான அளவு மாறுபாட்டினைப் புரிந்துகொள்ளலாம்.

அட்டவணை :

	எரிவாயு	எண்ணெய்	நிலக்கரி
	GAS	Oil	Coal
உயரம் (H)	1.0	1.2	1.5
அகலம் (W)	1.0	1.0	1.12
பக்கம் (D)	1.0	1.05	1.10

எரிபொருளாக கரி, எண்ணெய் அல்லது எரிவாயு இவற்றுள் எதைப் பயன்படுத்தினாலும், வெளியேறும் நீராவியின் வெப்பத்தை நமக்குத் தேவையான அளவில் வைத்திருக்க வசதியாக, எரிகுழாய்கள் (Burner nozzles) மேலும் கீழும் அசையும் வண்ணம் வடிவமைக்கப்படுகின்றன. எரிகுழாய்கள் மேல் நோக்கிச் சென்றால், நீராவியின் வெப்பம் அதிகரிக்கும். இத்தகைய எரிகுழாய்களை மேலும் கீழும் தேவையான அளவு இயக்க, தொலைவில் இருந்து இயக்கும் தானியங்கி வசதியும் உள்ளது.

எரிவாயு மின் நிலையம்

கடந்த பத்து அல்லது பதினைந்து ஆண்டுகளில், இயற்கை எரிவாயுவைப் (Compressed Natural Gas - CNG) பயன்படுத்தி மின்சாரம் தயாரிக்கும் முறை (Gas Turbine power stations) நம் நாட்டில் முக்கியத்துவம் பெற்று வருகிறது. கொதிகலனுள் நிலக்கரிக்குப் பதிலாக எரிவாயுவை எரிபொருளாகப் பயன்படுத்தும் முறை அன்று இது. நீராவியினால் இயங்கும் சுழலிகளுக்கு பதில், எரிவாயுவினால் இயங்கும் சுழலிகள் இதற்குப் பயன்படுத்தப்படுகின்றன.

இத்தகைய மின் நிலையங்களில் பயன்படுத்தப்படும் கொதிகலன்கள், நிலக்கரியை எரிபொருளாகப் பயன்படுத்தும் கொதிகலன்களுக்கு முற்றிலும் மாறுபட்டவையாகும். அடிப்படையில், இத்தகைய எரிவாயு மின் நிலையங்களுக்குக் கொதிகலன்களே தேவையில்லை தான். எனினும் திறனை அதிகப்படுத்தவும், வெளியே வீணாகச் செல்லும் வெப்பத்தைக் கையகப்படுத்துவதால் மேற்கொண்டு மின் சாரத்தை உற்பத்தி செய்யலாம் என்பதனாலும் இதற்காக வடிவமைக் கப்பட்ட கொதிகலன்களை நாம் பயன்படுத்துகிறோம்.

இன்று தமிழகத்துக்கு சுமார் 500 மெ.வாட் திறனுக்கும் மேலாக எரிவாயுச் சுழலி மின் உற்பத்தி நிலையங்களில் இருந்து மின்சாரம் கிடைக்கிறது. மேலும், தற்சமயம் பல எரிவாயு மின் நிலையங்கள் கட்டுமான நிலையில் உள்ளன. இன்னமும் சில ஆண்டுகளில், தமிழகத்தில் எரிவாயுச் சுழலி மின் உற்பத்தியின் அளவு சுமார் 1,000 மெகாவாட் என்ற குறியீட்டு அளவினை எட்டிவிடும்.

சொல்லப் போனால், எரிவாயுச் சுழலி தத்துவம் என்பது மிகப் பழைமை வாய்ந்த ஒன்று. முற்காலத்தில் சரியான எஃகு மற்றும் கலவை உலோகங்கள் கண்டுபிடிக்கப்படாததால், இத்தகைய சுழலியை வடிவமைத்துத் தயாரிக்க போதிய வசதி இல்லாதிருந்தது.

இத்தகைய சுழலிகளில் பயன்படும் எரிவாயு, ஒருவித வாயுக்கலவையே ஆகும். இக்கலவை எரியக்கூடிய தன்மை பெற்றது. எனவே, இதனை சுழலியின் குறுகிய துவாரப் பாதையில் (Nozzles) செலுத்தும்போது, அங்குள்ள எரிபொறியில் உள்ள தீயின் உதவியுடன் எரிந்து விரிவடைகிறது. இவ்வாறு விரிவடைந்த வாயு, சுழலியின் பல்வேறு நிலைகளுக்குள் செலுத்தப்படும் போது சுழலியைச் சுற்ற வைக்கிறது. இந்த இயந்திர சக்தி, மின்னாக்கியில் மின் சக்தியாக மாற்றம் கொள்கிறது.

மேலே, தொடக்கச் சாதனம் என்பது மின்சார மோட்டார் ஆகும். இதனுடன் காற்றழுத்தி (Compressor) ஒன்றும் இணைக்கப்பட்டு இருக்கும். சுழலி சுழல ஆரம்பித்து ஒரு குறிப்பிட்ட வேகத்தை எட்டியவுடன், தொடக்கச் சாதனம் காற்று அழுத்தியிலிருந்து விடுபட்டு விடக் கூடிய வகையில் வடிவமைக்கப்பட்டுள்ளது.

காற்றழுத்தியும் சுழலியும் ஒன்றோடொன்று இணைக்கப்பட்டு இருக்கும். அதேபோல் சுழலியின் மறுபக்கமோ மின்னாக்கியுடன் இணைக்கப்பட்டிருக்கும். தொடக்கச் சாதனத்தை இயக்கியவுடன், காற்றழுத்தி இயங்கத் தொடங்குகிறது. இது காற்று மண்டலத்திலிருந்து காற்றை உறிஞ்சி, அதனை அதிக அழுத்தம் கொண்டதாகவும் சூடான தாகவும் மாற்றுகிறது.

எரிவாயுவை எரிய வைப்பதற்காக, தனியே ஓர் அறை (Combustion chamber) ஒதுக்கப்பட்டுள்ளது. காற்றழுத்தியில் இருந்து வெளியேறும் அதிக வெப்ப, அதிக அழுத்தக் காற்று, எரிவாயுவுடன் சேர்ந்து இந்த அறையில் எரிகிறது. இவ்வாறு எரியும் கலவை, சுமார் 1,500 டிகிரி செண்டிகிரேட் அளவுக்கு வெப்பத்தை எட்டுகிறது. ஆனால், நமது சுழலிக்கான தேவையோ சற்றேக் குறைய 1,200 டிகிரி செண்டிகிரேட் அளவுள்ள வெப்பம்தான். எனவே, காற்றழுத்தியிலிருந்து வெளி யேறும் காற்றை முழுவதும் எரியும் அறைக்கு அனுப்பாமல், சுமார்

ஐம்பது சதவிகிதக் காற்றை, எரியும் அறையை விட்டு வெளியேறும் வாயுக் கலவைக்குள் அனுப்பி, இந்தக் கலவை சுமார் 1200 டிகிரி செண்டிகிரேட் அளவுக்கு வருமாறு செய்கிறோம்.

இந்த 1200 டிகிரி செண்டிகிரேட் அளவு வெப்பம் கொண்ட வாயுக் கலவை, சுழலிக்குள் செலுத்தப்படுகிறது. தொடர்ந்து சுழலி இயங்க, எரிவாயு எரிய வேண்டும். அதேபோல், எரிவாயு எரிவதற்கு காற்றும்

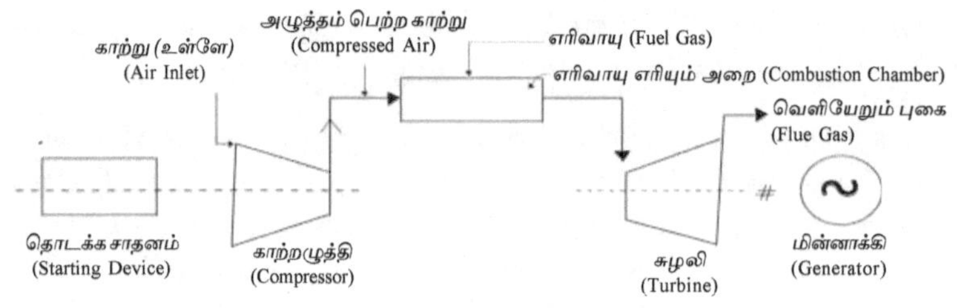

படம்-9: எரிவாயுச் சுழலி மின் நிலைய இயக்கம்

அனுப்பப்பட வேண்டும். எனவே, சுழலியுடன் இணைக்கப்பட்டுள்ள காற்றழுத்தி, சுழலி இயங்கும் போதெல்லாம் கூடவே இயங்கி, தேவையான காற்றினை அனுப்பிக் கொண்டிருக்கிறது.

தொடங்கு சாதனம், சுழலியின் வேகம் நிமிடத்துக்கு 600 சுற்றுகள் என்ற நிலையை அடையும்போது, தன் வேலையை நிறுத்திக் கொள்கிறது. எரிவாயுச் சுழலிகளில் உற்பத்தியாகிக் கிடைக்கும் இயந்திர சக்தியின் ஒரு பகுதியை, காற்றழுத்தி எடுத்துக்கொண்டு விடுகிறது. அதற்குப் போக மீதம் உள்ளது (சுமாராக 70%) மட்டுமே மின்னாக்கியின் மின் உற்பத்திக்கு கிடைக்கிறது.

நீராவிச் சுழலியை இயக்கத்துக்குக் கொண்டுவரும் முன்னர், அதனைத் தயார் செய்ய வேண்டும். அதிலேயே சில மணி நேரம் சென்றுவிடும். மேலும், நீராவிச் சுழலியை இயக்க பல துணைக் கருவிகள் தேவைப் படுகின்றன. ஆனால் எரிவாயுச் சுழலி, குறுகிய காலத்துள் மின் உற்பத்தி செய்யக்கூடியது. துணைக் கருவிகளின் எண்ணிக்கை மிக மிகக் குறைவு. அதுமட்டுமின்றி, இயக்கத்துக்குத் தயார்படுத்துதல் என்ற பேச்சுக்கே இடமில்லை.

மாநில மின் வலைப் பின்னலில் திடீரென்று மின் தேவை அதிகரித்தால், சுமார் முப்பது நிமிட நேரத்துக்குள் எரிவாயுச் சுழலியை இயக்கி மின் தேவையைப் பூர்த்தி செய்துவிட முடியும். அத்துடன் உற்பத்திச் செலவு,

பராமரிப்புச் செலவு, நிர்மாணச் செலவு ஆகிய அனைத்துமே குறைவுதான்.

ஆனால், எரிபொருளான எரிவாயு அவ்வளவு எளிதாக நமக்குக் கிடைக்காதே!

எரிவாயுச் சுழலியில் தனது பணியை முடித்தபின் வெளியேறும் புகையின் வெப்பம் சுமாராக 550 டிகிரி செண்டிகிரேட் என்ற அளவில் இருக்கும். இந்த அளவு வெப்பத்தை அல்லது வெப்பம் நிறைந்த புகையை வெளியே அனுப்புவது, சுற்றுப்புறத்தை மிகவும் பாதிக்கும். அனல் மின் நிலையங்களைப் போல, இப்புகையினுள் சாம்பல் துகள்கள் ஏதும் இல்லை. புகைகூட கண்ணுக்குப் புலப்படாத வகையில்தான் வெளியேறுகிறது.

எனினும், அதனுள் இருக்கும் வெப்பம், மதிப்பு வாய்ந்ததாயிற்றே! அந்த வெப்பத்தை மறு சுழற்சி முறையில் பயன்படுத்தினால் சுழலியின் திறன் அதிகரிக்கும் என்பதால், மறு சுழற்சி முறை மூலம் வெளியேறும் புகையில் பொதிந்துள்ள பெருமளவு வெப்பத்தையும் நாம் எடுத்துக் கொண்டு, மித வெப்பமான புகையை மட்டுமே புகைபோக்கி மூலமாக வெளியே தள்ளுகிறோம்.

மறு சுழற்சிமுறை

மறு சுழற்சிமுறையில் இரண்டு வகைகள் கையாளப்படுகின்றன. அது, குறைந்த திறன் கொண்ட எரிவாயுச் சுழலிகளுக்கான முறை; அதிகத் திறன் கொண்ட எரிவாயுச் சுழலிகளுக்கான முறை.

முதல் முறையில், சுழலியிலிருந்து வெளியேறும் அதிவெப்ப வாயுக் கலவையில் உள்ள வெப்பத்தை, சுழலிக்கு உள்ளே வரும் காற்றுக்கு வெப்ப மாற்றிகள் வழியாக அனுப்புகிறோம். இதன் மூலம் சுழலியின் திறன் உயர்கிறது.

இரண்டாவது முறையில், நாம் ஒரு கொதிகலனையும் நீராவியினால் இயங்கும் ஒரு சுழலியையும் பயன்படுத்துகிறோம். நிலக்கரியை எரிபொருளாகப் பயன்படுத்தும் கொதிகலனில், நிலக்கரி எரிந்து வெப்பத்தை வெளியிடும். அந்த வெப்பத்தில் இருந்து நீராவி உற்பத்தி செய்யப்படுகிறது. ஆனால், எரிவாயுச் சுழலிகளுடன் பயன்படும் கொதிகலன்களில் எரிபொருளும் கிடையாது, தீ எரிதலும் கிடையாது. இத்தகைய கொதிகலன்கள், வெப்ப கிரகிப்பு கொதிகலன்கள் (Heat Recovery Boilers) என்றழைக்கப்படுகின்றன.

எரிவாயுச் சுழலியில் இருந்து வெளியேறும் வாயுக் கலவை, இந்த வெப்ப கிரகிப்பு கொதிகலனுள் செலுத்தப்படுகிறது. இந்தக்

கலவையில் உள்ள வெப்பம், கொதிகலனில் இருக்கும் தண்ணீரை நீராவியாக்குகிறது. இந்த நீராவியை வைத்து, நாம் ஒரு குறைந்த திறன் கொண்ட நீராவிச் சுழலியை இயக்கி, கூடுதல் மின் உற்பத்தியை அடைகிறோம்.

இவ்வாறு மறு சுழற்சிமுறை கையாளப்படுவதால் கிடைக்கும் மின் உற்பத்தியின் அளவும் அதிகமாகிறது; சுற்றுப்புறமும் வெப்பமுறாமல் இருக்கிறது.

தமிழகத்தில் உள்ள அனல் மின் நிலையங்கள்

தமிழக அரசின் கட்டுப்பாட்டின் கீழ் உள்ளவை.

    எண்ணூர் அனல் மின் நிலையம் - 450 மெகாவாட்.

    தூத்துக்குடி அனல் மின் நிலையம் - 1050 மெகாவாட்.

    மேட்டூர் அனல் மின் நிலையம் - 840 மெகாவாட்.

    வடசென்னை அனல் மின் நிலையம் - 630 மெகாவாட்.

    பேசின் பிரிட்ஜ் அனல் மின் நிலையம் (கேஸ் டர்பைனில் இயங்கக்கூடியது, தனியாருக்குச் சொந்தமானது) - 120 மெகாவாட்.

மத்திய அரசின் கட்டுப்பாட்டில் உள்ள அனல் மின் நிலையம்.

    நெய்வேலி அனல் மின் நிலையம் - 1050 மெகாவாட்.

5. அணு மின் நிலையங்கள்

அணுவையும் எலெக்ட்ரான் எனப்படும் மின்னணுவையும் பற்றி ஏற்கெனவே ஓரளவுக்குப் பார்த்திருக்கிறோம்.

திடம், திரவம், வாயு என்ற அனைத்து நிலையிலும் இருக்கக்கூடிய பொருள்கள் தனிமம் அல்லது சேர்மம் என்ற இருவகையுள் ஒன்று என்று ஏற்கெனவே பார்த்திருந்தோம். தனிமங்களின் அடிப்படைச் செங்கல் அணு; சேர்மங்களது அடிப்படை மூலக்கூறு என்றும், மூலக்கூறு ஒவ்வொன்றும் பல்வேறு அணுக்கள் ஒன்றுசேர்ந்த ஒரு வேதியியல் கூட்டமைப்பு என்றும் பார்த்திருந்தோம்.

மையத்தில் இருப்பதுதான் அணுக்கரு (Nucleus). இந்த மையப் பகுதியில் தான் புரோட்டான் (Proton) நியூட்ரான் (Neutron) எனப்படும் இரு அணுத்துகள்கள் உள்ளன. புரோட்டானும் நியூட்ரானும் கிட்டத் தட்ட ஒரே எடையைக் கொண்டவை.

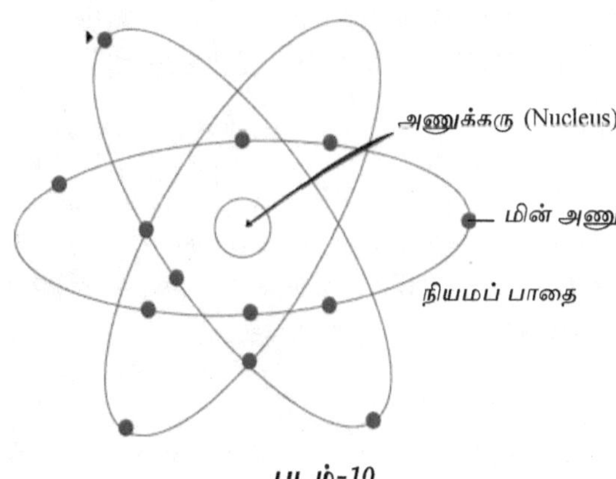

படம்-10

அணுக்கருவைச் சூழ்ந்து இருக்கும் நியமப் பாதைகளில் (Orbit), மின்னணுக்கள் (Electrons) சுற்றி வருகின்றன. இந்த மின்னணுக்கள் அளவில் சிறியதாகவும் எடை குறைவானதாகவும் உள்ளன. ஒரு மின்னணுவின் எடை, புரோட்டானின் எடையில் சுமார் இரண்டாயிரத்தில் ஒரு பங்குதான். *(1/1836)*

புரோட்டானுக்கு நேர் மின்னூட்டமும் மின்னணுவுக்கு எதிர் மின்னூட்டமும் உண்டு என்றும், நியூட்ரானுக்கு எந்தவித மின்னூட்டமும் கிடையாது என்றும் ஏற்கெனவே பார்த்துள்ளோம்.

	மின்னூட்டம்	எடை
	(Charge in Coloumb)	(Mass in Kg)
1. மின்னணு	-1.602 x 10 - 19	9.109 x 10 - 31
2. புரோட்டான்	+ 1.602 x 10 - 19	1.673 x 10 - 27
3. நியூட்ரான்	0	1.673 x 10 - 27

ஒவ்வோர் அணுவிலும் உள்ள புரோட்டானின் எண்ணிக்கையும் மின்னணுவின் எண்ணிக்கையும் ஒன்றுதான். நியூட்ரானின் எண்ணிக்கை புரோட்டானின் எண்ணிக்கை போலல்லாமல் மாறுபடக் கூடும். ஒரு சில தனிமங்களில் ஒன்றாக இருப்பதையும் காணலாம்.

ஓர் அணுவில் உள்ள புரோட்டான் அல்லது மின்னணுக்களின் எண்ணிக்கையே அந்த அணுவின் அணு எண் (Atomic Number) என்று கூறப்படுகிறது.

உதாரணத்துக்கு, ஹைட்ரஜன் என்ற தனிமத்தில் ஒரு புரோட்டானும் ஒரு மின்னணுவும் உள்ளன. நியூட்ரான்கள் ஏதும் கிடையாது. இந்த அணுவின் அணு எண் ஒன்று. ஹீலியம் என்னும் தனிமத்தின் அணு எண் இரண்டு. இந்த அணுவில் இரண்டு புரோட்டான்கள், இரண்டு நியூட்ரான்கள், இரண்டு மின்னணுக்கள் உள்ளன.

ஓர் அணுவின் விட்டம் சுமாராக 10 (-10) மீட்டராக உள்ளது. இதுபோல, அந்த அணுக்கருவின் விட்டமும் 10 (-15) மீட்டராக உள்ளது. எனவே, அணுவின் விட்டம் சற்றேறக் குறைய ஒரு லட்சம் மடங்கு அதன் அணுக்கருவின் விட்டத்தைவிட அதிகமாகும். எனவே, அணுவினுள் அதிகமான பகுதி வெற்றிடமாகவே இருக்கிறது.

நிலக்கரி, எண்ணெய் போன்ற இயற்கை எரிபொருள்களின் இருப்புகள் உலகில் மிகவும் குறைந்துகொண்டே வருகின்றன. இதற்கு மாறாக இன்றைய மனிதனது தேவைகளோ அதிக அளவில் வளர்ந்து வருகின்றன. தேவைகள் பெருகும் நிலையில் தொழிற்சாலைகள் பெருகுகின்றன. அதன் விளைவால் மின் தேவையும் பெருகுகின்றது. முடிவில் நிலக்கரி மற்றும் எண்ணெய் ஆகியவற்றின் இருப்புகள் தீர்ந்துவிடும் நிலை தோன்றக்கூடும்.

எனவே, மனிதன் மின்சார உற்பத்திக்கு புதிய வகை மூலங்களைக் கண்டு பிடித்து கையாள வேண்டிய கட்டாயத்தில் இருக்கிறான் என்பதே உண்மை. இத்தகைய புதிய வகையில் நாம் தேர்ந்தெடுத்த மூலம்தான் அணுக்கரு.

அணு மின் நிலையம் (Nuclear power station) என்பது, அனல் மின் நிலையத்தைப் போன்றதே. அனல் மின் நிலையத்தில் நீராவியை உற்பத்தி செய்ய கொதிகலன் (Boiler) பயன்படுத்தப்படுகிறது. இதற்கு மாறாக அணு மின் நிலையங்களில், அணுக்கரு வினைக்கலம் (Nuclear Reactors) பயன்படுத்தப்படுகிறது. இதையே அணு உலை என்றும் கூறுவர். இருப்பினும் சில முக்கிய அடிப்படை வேறுபாடுகள் இந்த அணு உலைக்கும் கொதிகலனுக்கும் இடையே இருக்கின்றன.

நிலக்கரியுடன் ஒப்பிடும்பொழுது, அணுமின் நிலையங்களில் மிகக் குறைந்த அளவு எரிபொருளே (Fuel) தேவைப்படுகிறது. அணு எரிபொருள் என்றே கூறப்பட்டாலும், இந்த 'எரிபொருள்' எரிவதில்லை. மாறாக அணுக்கரு பிளக்கப்பட்டு அதன் விளைவாக மிக அதிக அளவு வெப்பத்தை வெளிப்படுத்துகிறது.

கதிரியக்கம்

இயற்கையில் கதிரியக்கம், எங்கும் எதிலும் எப்போதும் இருந்து வந்துள்ளது.

கதிர் என்பது, தமிழில் கதிரவன் - சூரியன் என்ற சொல்லில் இருந்து வருவது. கதிரவனிலிருந்து ஒளிக்கிரணங்கள் ஒரு நேர்க்கோட்டில் அடிப்பது சூரிய ஒளிக்கதிர். கதிர்கள் பலவகைப்படும். நமக்கு மிகவும் தெரிந்தது, நாம் தினமும் பார்ப்பது ஒளிக்கதிர். இது இயற்கையில் சூரியனிலிருந்து வரும் ஒளிக்கதிராகவும் இருக்கலாம்; செயற்கையான மின்விளக்கு மூலமாகக் கிடைப்பதாகவும் இருக்கலாம்.

இந்த ஒளிக்கதிர் போன்றவைதான் புற ஊதா (அல்ட்ரா வயலட்) கதிர்கள், அகச் சிவப்பு (இன்ஃப்ரா ரெட்) போன்ற கதிர்களும், எக்ஸ்ரே எனப்படும் கதிரும். புற ஊதா, அகச் சிவப்பு ஆகியவையும் ஒளிக்கதிர்களே. ஆனால், மனிதக் கண்ணால் பார்க்க முடியாதவை. எக்ஸ்ரே நம் அனைவருக்கும் நன்கு தெரிந்த ஒன்று. எலும்பு முறிந்தால் எக்ஸ்ரே. நெஞ்சில் சளி இருந் தால் எக்ஸ்ரே என்று எக்ஸ்ரே பார்க்காத மனித உடம்பே கிடையாது.

அகச்சிவப்பு, புற ஊதா, எக்ஸ்ரே கதிர்கள் மருத்துவம் முதற்கொண்டு பல துறைகளில் பயன்படுகின்றன.

இவை அனைத்துமே மின்காந்தக் கதிர்கள் என்ற வகையைச் சார்ந்தவை. இந்தக் கதிர்களில் உள்ள துகள்கள் அனைத்துமே எடையற்றவை. இவை அனைத்துக்கும் ஒளியின் வேகம் உண்டு.

ஒளியின் வேகத்தை 'c' என்ற எழுத்தால் குறிப்பிடுகிறோம். இதன் மதிப்பு விநாடிக்கு சுமார் 30,00,00,000 மீட்டர். விநாடிக்கு முப்பது கோடி மீட்டர் அல்லது மூன்று லட்சம் கிலோ மீட்டர். ஒரு விநாடியில் ஒளி (அல்லது மின்காந்தக் கதிர்கள்) மூன்று லட்சம் கிலோ மீட்டரைக் கடந்து விடுகிறது!

கிட்டத்தட்ட ஒளிக்கதிர்களைப் போன்றவைதான் அணுத்துகள் கதிர்களும். ஆனால், அணுத்துகள் கதிர்களில் உள்ள துகள்கள் எடை கொண்டவை. இந்தக் கதிரின் வேகமும் ஒளியின் வேகத்தைவிடக் குறைவானது.

அணுத்துகள் கதிர்களில் ஆல்ஃபா கதிர்கள், பீட்டா கதிர்கள், நியூட்ரான் கதிர்கள் போன்றவை அறியப்பட்டுள்ளன. பீட்டா கதிர்கள் என்றால் மின்னணுக்கள் பல சேர்ந்து ஒளி பீய்ச்சி அடிப்பது போல அடிக்கும் கதிர்கள். நியூட்ரான் கதிர்கள் அதைப் போன்றே நியூட்ரான்கள் ஒன்று சேர்ந்து வீசும் கதிர்கள். ஆல்ஃபா கதிர்கள் என்பவை ஹீலியம் அணுவின் அணுக்கருக்கள் ஒன்று சேர்ந்து பாய்பவை. ஒரு ஹீலியம் அணுவின் அணுக்கருவில் இரண்டு புரோட்டான்களும் இரண்டு நியூட்ரான்களும் உள்ளன.

அணுக்கதிர்கள் இயற்கையிலேயே இருந்து வந்துள்ளன. இதனைப் புரிந்துகொள்ள ஐசோடோப் என்ற ஒரு கருத்தை நாம் புரிந்துகொள்ள வேண்டும்.

ஓர் அணுவில் புரோட்டான்களின் எண்ணிக்கையும் எலெக்ட்ரான்களின் எண்ணிக்கையும் ஒன்றாகத்தான் இருக்கும் என்று பார்த்துள்ளோம். ஆனால் நியூட்ரான்களின் எண்ணிக்கை புரோட்டான்களின் எண்ணிக் கையில் இருந்து மாறுபடக் கூடும் என்றும் பார்த்தோம். ஒரே புரோட்டான்கள் எண்ணிக்கையும் வெவ்வேறு நியூட்ரான்கள் எண்ணிக் கையும் உள்ள அணுக்கள்தாம் ஐசோடோப்கள் என்று அழைக்கப் படுகின்றன.

உதாரணத்துக்கு, ஹைட்ரஜன் தனிமத்தை எடுத்துக் கொள்வோம். இதன் அணுவில் ஒரு புரோட்டான் மட்டும்தான் உண்டு; நியூட்ரான் ஏதும் கிடையாது. ஆனால் இதே போன்ற ஹைட்ரஜன் ஐசோடோப் ஒன்றில், ஒரு புரோட்டானும் ஒரு நியூட்ரானும் உள்ளன. இரண்டிலும் ஒரு மின்னணுதான் இருக்கும். இந்த ஐசோடோப்புக்கு டியூட்டிரியம் (Deuterium) என்று பெயர். வேதியியல்படி இதன் தன்மை ஹைட்ரஜன் போலவே உள்ளது. ஆனால், கனம் அதிகமாக இருக்கும். ஹைட்ரஜனுக்கு மற்றுமொரு ஐசோடோப்பும் உண்டு. அதன் அணுக்கருவில் ஒரு புரோட்டானும் இரண்டு நியூட்ரான்களும் உள்ளன. இந்த ஐசோடோப்புக்கு டிரிடியம் (Tritium) என்று பெயர்.

இதே போல உலகில் கிடைக்கும் பலவேறு தனிமங்களிலும் பல ஐசோடோப்புகள் உண்டு. ஒவ்வொரு தனிமத்திலும் சில குறிப்பிட்ட ஐசோடோப்புகள்தான் நிலையானவை. பிற ஐசோடோப்புகள் பெரும்பாலும் நிலையற்றவை. அதாவது, எந்த நேரத்திலும் இந்த நிலையற்ற ஐசோடோப்புகள் தன் நிலையை மாற்றி, கதிர்களை வீசக் கூடியவை. அதாவது கதிரியக்கம் கொண்டவை.

ஒரு தனிமத்தின் நிலையற்ற ஐசோடோப் ஒன்று சடாரெனப் பிளந்து சில கதிர்களை வெளியேற்றி, வேறு தனிமமாக மாற்றம் கொள்ளும். இதைத்தான் கதிரியக்கம் என்கிறோம். இது தானாகவே நடைபெறலாம் - அதாவது வெளித் தூண்டுதல் ஏதும் இன்றி. அல்லது வெளியிலிருந்து ஏற்படும் தூண்டுதலாலும் இது நடக்கலாம். தூண்டுதல் என்றால் வெளியிலிருந்து ஒரு புரோட்டானோ நியூட்ரானோ வந்து மோதுவ தால், ஓர் அணுக்கரு கதிரியக்கம் கொண்டதாக மாறிவிடலாம்.

யுரேனியம் தனிமத்தில் உள்ளது போல அதிக எடையுள்ள, அதாவது அதிக எண்ணிக்கையில் புரோட்டான் மற்றும் நியூட்ரான் துகள்களைக் கொண்ட அணுக்கருக்கள் இத்தகைய மோதலினால் பிளவுண்டு போகலாம். இதுதான் அணுப்பிளவு என்பது. ஒரு சில தனிமங்களின் அணுக்கருக்கள் இயற்கையில் தானாகவே பிளவுபடுவதையும் காண முடிகிறது. இது spontaneous fission எனப்படுகிறது.

இவ்வாறு ஓர் அணுக்கரு பிளவுபடும் போது, பிளவுண்ட துண்டங்களின் மொத்த எடை அக்கருவின் எடையைவிட சற்றே குறைந்து காணப் படுகிறது. இந்த எடைக்குறைவுதான் சக்தியாக மாறுகிறது. மாபெரும் வெப்ப சக்தியாக உருமாற்றம் பெறுகிறது.

பொருண்மை - ஆற்றல் சமன்பாடு (Mass - Energy Equivalence)

ஆல்பர்ட் ஐன்ஸ்டைன் மாபெரும் விஞ்ஞானி. இவரது பொருண்மை - ஆற்றல் சமன்பாடு மிகவும் புகழ் வாய்ந்தது. இன்று டி ஷர்ட்களில் எழுதி அனைவரும் அணிந்து செல்லும் அளவுக்குப் புகழ் பெற்று விட்டது. பொருன்மையும் ஆற்றலும் ஒன்றுடன் ஒன்று நேரிடைத் தொடர்பு உள்ளன மற்றும் மாற்றுதலுக்கு உட்படுவன என்று ஐன்ஸ்டைன் சொன்னார்.

இதனை $E = mc^2$ என்று உலகப் புகழ்பெற்ற சமன்பாடு மூலம் குறிப்பிட்டார். இதில், E என்பது ஆற்றல் (ஜூல்ஸ் அளவில்) என்பதையும், m என்பது பொருண்மையையும் (mass in kilo grams), c என்பது ஒளியின் வேகத்தையும் (Speed of light) குறிப்பன ஆகும். ஒளியின் வேகம் பற்றி ஏற்கெனவே பார்த்துவிட்டோம்.

ஒரு கிலோ எடையுள்ள ஒரு பொருளை ஆற்றலாக மாற்றுகிறோம் என்றால் நமக்கு எவ்வளவு ஆற்றல் கிடைக்கும்? கிட்டத்தட்ட 9 x 10 (16) ஜூல்.

ஒரு 500 மெகாவாட் அனல் மின் நிலையத்தை எடுத்துக் கொள்வோம். இதனை ஒவ்வொரு விநாடியுமாக ஒரு முழு வருடத்துக்கு நடத்தினால் நமக்குக் கிடைக்கும் மொத்த மின் ஆற்றல் 500x10(6)x365x24x60x60 = 1.5768 x 10(16) ஜூல். ஆனால் இதைப் பெற நாம் எவ்வளவு கரியை எரிக்க வேண்டும்?

நாம் ஏற்கெனவே பார்த்தது போல கிட்டத்தட்ட 50 லட்சம் யூனிட் மின்சாரம் பெற, 4,000 டன் நிலக்கரியை எரிக்க வேண்டும். அப்படியானால் ஒவ்வொரு விநாடியும் இயங்கும் 500 மெகாவாட் அனல் மின் நிலையத்துக்கு ஒரு வருடத்துக்குத் தேவையான நிலக்கரி 3.5 கோடி டன்.

மூன்றரை கோடி டன் நிலக்கரி எரிந்து என்ன மின் சக்தியைத் தருமோ அதனை சில கிலோ அணுக்கரு உலை எரிபொருள் தன்னை ஐன்ஸ்டைன் சமன்பாட்டின்படி ஆற்றலாக மாற்றிக் கொடுத்துவிடும். அணு மின் நிலையத்தின் தேவை இப்பொழுது புரிகிறதா?

ஆனால், அணு மின் நிலையம் அமைப்பது என்பது எளிதான செயல் அல்ல. அணுக்கரு எரிபொருளாகப் பொதுவாகப் பயன்படுத்தப் படுவது யுரேனியம் என்னும் தனிமம்தான். இயற்கையில் இத்தனிமம் எங்கும் பரவலாகக் காணப்படுகிறது என்றாலும், ஒரு சில இடங் களில் மட்டுமே அதிக அளவில் கிடைக்கிறது. அதனை ஆற்றலாக மாற்ற என்ன செய்ய வேண்டும், அதனை எவ்வாறு கட்டுப்படுத்தி வைக்க வேண்டும் ஆகியனவும் எளிதான விஷயங்களல்ல.

தொடர்நிலை அணுக்கருப் பிளவு (Chain Reaction of Fission)

இயற்கையான யுரேனியம் என்பது மூன்று ஐசோடோப் வடிவங்களில் கிடைக்கிறது. அவை யுரேனியம் 238 (U 238 - 99.3%), யுரேனியம் 235 (U 235 - 0.7%) மற்றும் யுரேனியம் 234 (U 234 - மிகக் குறைவு) ஆகியவை. யுரேனியத்தில் உள்ள புரோட்டான்களின் எண்ணிக்கை 92. யுரேனியம் 238 என்றால் அதில் 92 புரோட்டான்களும் 146 நியூட்ரான்களும் உள்ளன. யுரேனியம் 235 என்றால் அதில் 92 புரோட்டான்களும் 143 நியூட்ரான்களும் உள்ளன.

இவற்றுள் யுரேனியம் 235 என்பது மிகவும் சுலபமாகவும் எளிதாகவும் அணுக்கருப் பிளவுக்கு உட்படக் கூடியது. ஒரு நியூட்ரான், யுரேனியம் 235 அணுவுக்குள் புகுந்து தாக்கினால், யுரேனியம் 235-ன் அணுக்கரு பிளக்கிறது. அவ்வாறு பிளக்கும்போது கூடவே மேலும் இரண்டு

நியூட்ரான்களையும் நிறைய வெப்ப சக்தியையும் வெளிக்கொண்டு வருகிறது.

இவ்வாறு வெளியே வரும் நியூட்ரான்கள் மேலும் சில யுரேனியம் 235 அணுக்களைத் தாக்க, விளைவாக மேலும் மேலும் தொடர் பிளவுகள் நிகழ்கின்றன. இதைத்தான் தொடர்நிலை அணுக்கருப் பிளவு - Chain Reaction என்கிறோம். இந்தத் தொடர் பிளவுகள் நடக்க வேண்டு மானால், ஒரு குறிப்பிட்ட எடை அளவு யுரேனியம் 235 ஒரே இடத்தில் இருக்க வேண்டும். இந்த யுரேனியம் 235 எடை அளவுக்குத்தான் Critical Mass என்று பெயர்.

புளுட்டோனியம் என்னும் மற்றொரு தனிமம்கூட அணுக்கரு உலைக்குத் தகுந்த எரிபொருள்தான். ஆனால், இது இயற்கையில் காணப்படு வதில்லை. செயற்கை முறையில் தயாரிக்கப்படுகிறது. இத்தனிமத்தில் பல ஐசோடோப்புகள் உள்ளன. அவற்றில் ஒன்று புளுட்டோனியம் 239. இதைக் கொண்டு யுரேனியம் 235 போலவே, தொடர்நிலை அணுக்கருப் பிளவை நிகழச் செய்யமுடியும்.

தோரியம் என்பது இயற்கையில் காணப்படும் தனிமங்களில் ஒன்றாகும். நியூட்ரான் துகள்களைக் கொண்டு இதை யுரேனியம் தனிமமாக மாற்றிவிட முடியும். இந்த மாற்றலின் மூலம் யுரேனியம் 233 என்னும் ஐசோடோப்பு கிடைக்கிறது. இதுவும் எளிதாக பிளவுபடக்கூடிய அணுக்கருக்களைக் கொண்டது. இதைக் கொண்டும் அணு சக்தியை வெளிக் கொணரலாம். ஆனால் இதுவரையில், மின்சக்தி உற்பத்தி செய்யும் அளவுக்கு தோரியம் அணுக்கரு உலைகள் உருவாக்கப்பட வில்லை.

அணு மின் நிலையங்கள்

அணுக்கருப் பிளவைக் கட்டுப்படுத்துவது என்பது மிகவும் சிக்கலான காரியமாகும். அணுக்கருப் பிளவின்போது கதிர்வீச்சும் நடைபெறுவ தால், சுற்றியுள்ள பணியாளர்களுக்கு பாதிப்பு ஏற்படாமலிருக்க இந்தக் கதிர்வீச்சைக் கட்டுப்படுத்தும் அளவுக்கு, தனிவகையான கவசங்கள் மற்றும் பாதுகாப்பு வசதிகள் ஏற்பாடு செய்யப்பட வேண்டும்.

இந்தியாவில் யுரேனியக் கனிவளம் ஓரளவுக்குத்தான் உள்ளது. இதை வைத்து பல அணு உலைகள் நிறுவப்பட்டு இயங்கி வருகின்றன என்றாலும் நமது மின்தேவைக்கு இது போதாது. அதனால்தான் இந்தியா வெளிநாடுகளின் உதவியையும் எதிர்பார்க்கிறது. நம் நாட்டில் அதிக அளவில் அணுமின் நிலையங்கள் இல்லாததற்கு இதுவே காரணம்.

சென்னைக்கு அருகில் கல்பாக்கம் என்னும் இடத்தில் 235 மெகாவாட் திறன் கொண்ட இரண்டு அணுமின் உலைகள் பணியில் உள்ளன.

ரஷ்யாவின் கூட்டு முயற்சியில் நெல்லை மாவட்டத்தில் கூடங்குளம் அருகில் 1,000 மெகாவாட் திறன் கொண்ட இரண்டு அணு உலைகள் (மொத்தம் 2,000 மெகாவாட்) நிறுவும் பணி நடைபெற்று வருகிறது. அநேகமாக 2007-ல் முதல்கட்டப் பணி முடிவுறும் என்று எதிர்பார்க்கப்படுகிறது. இது தவிர, மேலும் 1,000 மெகாவாட் திறன் கொண்ட இரண்டு அணு உலைகள் நிறுவுவதற்கும், இந்தியாவும் ரஷ்யாவும் ஒப்பந்தத்தில் கையெழுத்திட்டுள்ளன.

அணு மின் உற்பத்தி நிலையங்களில் அணுக்கரு உலையே (Nuclear Reactor) முக்கியப் பங்கு வகிக்கிறது. இதனுள்தான் தொடர்நிலை அணுக்கருப் பிளவு ஏற்பட்டு வெப்பம் உண்டாக்கப்படுகிறது. குளிர்விப்பான்களின் (Coolant) மூலமாக வெப்பம், வெப்ப மாற்றிக்கு (Heat Exchanger) எடுத்துச் செல்லப்பட்டு, அதனுள் உள்ள தண்ணீர் நீராவியாக மாற்றப்படுகிறது. இவ்வாறு பெறப்பட்ட நீராவி, பின்னர் நீராவிச் சுழலிகளுக்குள் (Steam Turbines) செலுத்தப்படுகிறது.

இதனைத் தொடர்ந்து அனல் மின் நிலையங்களில் எவ்வாறு மின் சக்தி தயாரிக்கப்படுகிறதோ அதேபோல அணு மின் நிலையத்திலும் நடக்கிறது.

அனல்மின் நிலையங்களில் பயன்படுத்தப்படும் நீராவிச் சுழலிகளுக்கும் அணுமின் நிலையங்களில் பயன்படுத்தப்படும் நீராவிச் சுழலிகளுக்கும் தொழில்நுட்பம் ஒன்றுதான் என்ற போதிலும், வடிவமைப்பில் சில வேறுபாடுகள் உண்டு. எனினும் இரண்டுமே நீராவிச் சுழலிகள்தான் என்பதை நினைவில் கொண்டால் போதுமானது.

ஓர் அணு மின் நிலையத்தின் அடிப்படை வழிப்படம் எதிரே விளக்கப்பட்டுள்ளது.

அணு உலையினுள் யுரேனியம் 235, நியூட்ரான் ஒன்றுடன் மோதும் போது அணுக்கருப் பிளவு ஏற்பட்டு நியூட்ரான்கள் தோன்றுகின்றன, வெப்பசக்தியும் வெளிப்படுகிறது என்பதை ஏற்கெனவே பார்த்தோம். மேலும், உருவாகும் நியூட்ரான்கள் யுரேனியம் 235-ஐ தொடர் அணுக் கருப் பிளவுக்கு ஆட்படுத்தி வெப்பத்தைத் தொடர்ந்து வெளியிட வைக்கின்றன. புதிதாக வெளிவரும் நியூட்ரான்கள் அணுக்கருப் பிளவில் வெகுவாக ஈடுபடுவதற்கு, அவற்றின் வேகம் ஒரு குறிப்பிட்ட அளவுக்குள் இருக்க வேண்டும். எனவே, இந்த தொடர் அணுக்கருப் பிளவு நடைபெற, எரிபொருள் தண்டுகள் (Nuclear Fuel Rods) வேகத் தடுப்புகளின் நடுவே பதிக்கப்பட வேண்டும்.

தண்ணீர் அல்லது கிராபைட் (Graphite - இதுவும் கரிதான்) இவ்வகை வேகத் தடுப்புக்குப் பயன்படுத்தப்படுகிறது. இவற்றுக்கு தணிப்பி

(Moderator) என்றும் பெயர். தொடர் அணுக்கருப் பிளவைக் கட்டுப் படுத்துவதற்காக, நியூட்ரான்களை ஈர்க்கும் உலோகத்தினால் (போரான் எஃகு) செய்யப்பட்ட தண்டுகளும்கூட வைக்கப்பட்டி ருக்கும். எந்நேரத்திலும் தொடர் அணுக்கருப் பிளவைக் கட்டுப் படுத்த வேண்டுமானால், இந்தத் தண்டுகள் அணு உலைக்குள் ஏற்றப் பட்டு, நியூட்ரான்களை உறிஞ்சி மேற்கொண்டு அணுப்பிளவு நிகழ் வதைத் தடுத்து நிறுத்திவிடும்.

ஓர் அணு மின் நிலையம் அமைக்க, தகுந்த இடத்தினை எந்த அளவு கோல்களை வைத்துத் தேர்ந்தெடுப்பது?

சுழலியை இயக்கியபிறகு நீராவியைக் குளிர்விக்க தண்ணீர் தேவைப் படுவதால், தண்ணீர் அதிகம் உள்ள இடங்களாகத் தேர்ந்தெடுக்க வேண்டும். இதை மனத்தில் வைத்து அணுமின் நிலையங்கள் கடற்கரை சார்ந்த இடங்களிலேயே அமைக்கப் பெறுகின்றன.

அணு உலையில் ஆபத்து என்று வந்துவிட்டால், மனிதர்கள் மற்றும் சுற்றுப்புறங்களில் உள்ள உயிர்களுக்கும் ஆபத்து ஏற்படும் என்பதால், முன் ஜாக்கிரதையாக மக்கள் தொகை குறைவாக உள்ள இடங்களே அணுமின் நிலையங்கள் அமைக்க தேர்வு தேர்வு செய்யப்படுகின்றன.

அணுமின் நிலையக் கழிவுகள் கதிர்வீச்சுத் தன்மை கொண்டவை. இந்தக் கழிவுகளை அப்புறப்படுத்துவதும் சேமிப்பதும், மிகுந்த பாதுகாப்புடன் செயல்படுத்த வேண்டிய ஒன்று. இத்தகைய கழிவுகள், பூமிக்கடியில் நிலத்தடி நீருடன் கலந்துவிடாமல் புதைக்கப்படுகின்றன. இதற்குத் தேவையான இடவசதி இருக்கிறதா என்பதைப் பார்த்த பிறகே, அணுமின் நிலையங்கள் அமைக்க அந்த இடத்தைத் தேர்வு செய்கின்றனர்.

அணு மின் நிலையங்களால் ஆகும் நல்விளைவுகள்

இன்றைய தினங்களில் மிக அரிதாகி வரும் நிலக்கரி, எண்ணெய், மற்றும் எரிவாயுக்கு ஒரே மாற்று அணுமின் நிலையங்கள்தாம்.

எண்ணெய் மற்றும் நிலக்கரியின் அபரிமிதமான விலை உயர்வால், மின் உற்பத்திச் செலவுகள் அதிகரிக்கும் அளவு, அணு மின் நிலையங்களில் உற்பத்திச் செலவு அதிகரிக்கும் வாய்ப்பு இல்லை.

ஒரு குறிப்பிட்ட உற்பத்தித் திறன் கொண்ட மின் நிலையம் நிறுவு வதற்குத் தேவைப்படும் அணுக்கரு எரிபொருள் மிக மிகக் குறைவே. ஆனால், அதே திறனுக்கான நிலக்கரி மிகவும் அதிகம். நிலக்கரியை ஓர் இடத்திலிருந்து இன்னொரு இடத்துக்குக் கொண்டுசெல்ல நிறைய போக்குவரத்துச் செலவு ஆகும். எனவே, அணு மின்சாரம் தயாரிக்க அதிகம் செலவாகாது.

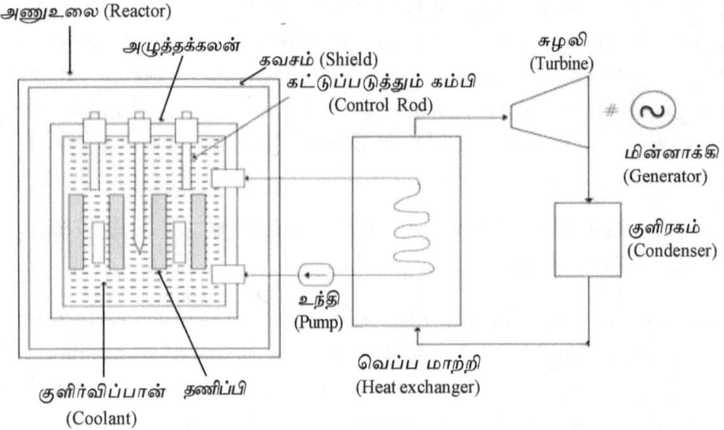

படம்-11

அணு மின் நிலைய எரிபொருளில் கிடைக்கும் வெப்ப சக்தி மிக மிக அதிகம் என்பதால், அதே திறன் கொண்ட அனல் மின் நிலையத்தினைக் காட்டிலும், அளவில் அணுமின் நிலையங்கள் மிக மிகச் சிறிய அளவி லேயே இருக்கும்.

ஒருமுறை பயன்படுத்திய எரிபொருளை மறு சுழற்சி முறையில் மீண்டும் பயன்படுத்த இயலும். இந்தச் சாத்தியம் அனல் மின் நிலையங் களில் கிடையாது.

ஒரு குறிப்பிட்ட மின்திறன் கொண்ட மின் நிலையத்தை உருவாக்கத் தேவைப்படும் மொத்த இடம், அணு மின் நிலையத்துக்கு மிகக் குறைவு தான்.

நீர் மின் நிலையங்கள் இயற்கையையும் பருவ காலங்களையும் நம்பியி ருப்பவை. இந்தக் குறைபாடு அணு மின் நிலையத்துக்கு இல்லை.

இப்படிப் பல நல்ல விளைவுகளைப் பற்றி குறிப்பிடும்போது, தீய விளைவுகளையும் குறிப்பிட வேண்டியது மிகவும் அவசியம். ஆபத்துக் காலங்களில் ஏற்படும் அழிவு மதிப்பிட இயலாத அளவு இருக்கும். மேலும் கதிர்வீச்சுக் கசிவின் விளைவுகள், கசிவு ஏற்பட்டு பல ஆண்டுகள் வரை நீடிக்கக் கூடும். கழிவுகளை அப்புறப்படுத்துவது மிகவும் கடினமான காரியமாகும்.

அணுக்கரு உலையில் மின் உற்பத்தியை அடிக்கடி அதிகரிப்பது அல்லது குறைப்பது உலைக்கு நல்லதல்ல. அதே நேரத்தில், அனல் மின் நிலையங்களில் தேவைக்கேற்ப மின் உற்பத்தியில் மாற்றங்கள்

செய்வதில் தடையேதுமில்லை. அணு மின் நிலையங்களில் இது சுலபமானதாக இல்லை என்பதால், உற்பத்தி ஏற்ற இறக்கங்களுக்கு உட்படும்போது, தொழில் நுட்பக் கோளாறுகள் ஏற்பட வாய்ப்புண்டு. இதன் காரணமாகவே அணு மின் நிலையங்கள் எப்போதும் ஒரே சீரான நிலையில் இயங்குகின்றன. மின் உற்பத்தியை அதிகரிப்பது குறைப்பது போன்றவை, அனல் மின் நிலையங்கள் மூலமே நிகழ்த்தப்படுகின்றன.

இந்தியாவில் மும்பையிலும், ராஜஸ்தான் மாநிலத்தில் கோட்டா என்ற இடத்திலும் மட்டுமே இயங்கி வந்த அணு மின் நிலையங்கள் இன்று வளர்ச்சியடைந்து, அநேகமாக அனைத்து மாநிலங்களிலும் ஓர் அணு மின் நிலையம் தேவை என்ற நிலை வந்துள்ளது. அணு மின் நிலையங்கள் என்றாலே பயந்து ஒடுங்கிக் கொண்டிருந்த காலம் போய், அணு மின் நிலையம் நமக்கு அவசியத் தேவை என்ற நிலை இன்று ஏற்பட்டுள்ளது.

தமிழகத்தில் உள்ள அணு மின் நிலையங்கள்:

கல்பாக்கம் அணு மின் நிலையம் - 470 மெகாவாட்.

கூடங்குளம் அணு மின் நிலையம் - 2000 மெகாவாட். (இன்னும் கட்டி முடிக்கப்படவில்லை)

6. முறைசாரா மின் உற்பத்தி

இந்த முறை சாரா (மரபு சாரா) மின் உற்பத்தி என்பது என்ன? அது ஏன் பிறந்தது? வெறும் எண்ணெய் விலையேற்றம் மட்டுமே இதற்குக் காரணமா? என்பன போன்ற பல வினாக்களுக்கு விடை கூறவேண்டிய நேரம் இது.

முறைசார்ந்த வழிமுறைகள் தவிர்த்து வேறு வழிகளில் மின்சாரத்தைப் பெறுவதைத்தான் முறை சாரா முறைகள் என்று அழைக்கிறோம். இந்த முறைகள் பெரும்பாலும் இயற்கையில் புதுப்பிக்கப்படக் கூடியவை. இத்தகைய ஆதாரங்களைத் தேடி எடுத்து உபயோகித்தால், மிக அதிக அளவு பயன் பெறலாம்.

1970-1980 வாக்கில் பெட்ரோலிய கச்சா எண்ணெய் விலை மும்மடங்குக்கு மேல் உயர்ந்தது. இது வளர்ந்து வரும் நாடுகளுக்குப் பெரிய தாக்குதலாக இருந்தது. இதன் விளைவாக, எண்ணெய்க்கு மாற்று தேவை என்று நாம் உணர ஆரம்பித்தோம்.

அதே நேரம் அனல் மின் நிலையங்களால் சுற்றுப்புறச் சூழல் வெகு வாகப் பாதிக்கப்படுவதையும் மக்கள் உணரத் தொடங்கினர். முறை சாரா வழிகள் மூலம் சுற்றுப்புறத்துக்கு பாதிப்பு இல்லாத வண்ணம் மின்சாரம் பெற முடியுமா என்ற கேள்வியும் எழத் தொடங்கியது. இப்படி ஒவ்வொரு நாட்டிலும் இந்த முறைசாரா வகை குறித்துப் பேசி அதற்கான ஆராய்ச்சிப் பணிகளிலும் இறங்கினர்.

இந்தியாவில், முக்கியமாக தமிழ்நாட்டில், இது முனைப்புடன் செயல் படுத்தப்பட்டு வருகிறது. காற்றாலை மூலம் மின்சார உற்பத்தி செய்வதில் இந்தியாவிலேயே முதன்மை இடத்தைப் பெற்றுள்ளது நம் தமிழகத்தில்தான்!

முறைசாரா வகையினத்தைச் சார்ந்து மின்சாரம் உற்பத்தி செய்யும் முறைகளை ஒவ்வொன்றாகப் பார்ப்போம்.

1. சாண எரிவாயு (Bio gas)

பசுமாடு, எருமை மாட்டு சாணங்களில் இருந்து வெளிப்படக்கூடிய ஒருவித எரிவாயுவை அடிப்படையாகக் கொண்ட திட்டம் இது. மாட்டுக் கழிவுகளை ஒரு பெரிய தொட்டியில் போட்டு, அதில் சிறிதளவு தண்ணீரையும் ஊற்றி மூடி வைத்துவிட்டால், குறிப்பிட்ட காலத்துக்குப் பிறகு சாணமும் தண்ணீரும் கலந்து, சாணத்திலிருந்து மீதேன் (Methane) என்ற எரியும் சக்தி கொண்ட வாயு உருவாகும். இந்த எரிவாயுவை எரிப்பதால் கிடைக்கும் சக்தியைக் கொண்டு மின்னாக்கியை இயக்கி அதன்மூலம் மின்சாரம் பெறலாம்.

இந்த முறையில் மின்சாரம் உற்பத்தி செய்வது மிகவும் எளிதான ஒன்று. இது சுற்றுப்புறத்தை சிறிதுகூட பாதிப்பதில்லை. மிகவும் சுத்தமான எரிபொருளாக சாண எரிவாயு விளங்குகிறது. இவை அனைத்துக்கும் அப்பால், சாணத்திலிருந்து எரிபொருளைப் பிரித்தபின் மீதமுள்ள சாம்பல், வயல்களுக்கு ஒரு சிறந்த உரமாகப் பயன்படுத்தப்படுகிறது.

ஆனால், சாண எரிவாயுவின் எரியும் சக்தி (Calorific value) மிக அதிகமானது அல்ல. மேலும், அதிக அளவில் சாண எரிவாயுவை உற்பத்தி செய்ய அதிக அளவு சாணம் தேவைப்படும். இதற்கு ஏற்ற இடம் மாட்டுப் பண்ணை உள்ள இடங்கள் மட்டுமே.

பஞ்சாப் மாநிலத்தில் ஒரு கிராமத்தில், அனைவரது வீடுகளிலும் மாடுகள் இருந்த போதிலும், அனைத்து வீட்டிலிலுள்ள சாணங் களையும் திரட்டி, கிராமத்துக்கு என்று பொதுவாக சமுதாயக் கூடத் தருகில் ஒரு சாண எரிவாயு நிலையத்தை அமைத்துள்ளனர். இதன்மூலம் கிடைக்கும் எரிவாயு, அனைத்து வீடுகளுக்கும் சமையல் எரிவாயுவாகப் பயன்படுத்தப்படுகிறது.

சாண எரிவாயுவைக் கொண்டு மின்சாரம் உற்பத்தி செய்ய முடியும் என்றாலும், இது இன்னமும் முழு வீச்சில் பயன்படுத்தப்படவில்லை. ஒரு சில இடங்களில் மிக மிகக் குறைந்த திறனில் மட்டுமே மின் உற்பத்தி செய்யப்படுகிறது.

2. தாவரங்கள் (Biomass)

இன்று உலகில், சற்றேறக்குறைய 15 சதவிகிதம் வரை, தாவரங்களைக் கொண்டு மின்சாரம் தயாரிக்கும் முறை அமலில் உள்ளது. தாவரங்கள் என்று பொதுப்படையாகச் சொன்னாலும், இதனுள் மரத்தூள், காய்ந்த செடிகள், கிழிந்த துணிகள் என அனைத்தும் அடக்கம். அதுபோல் வைக்கோல், தவிடு போன்ற எரியும் பொருள்கள்கூட தாவரங்கள் என்னும் பட்டியலில் சேர்த்துக் கொள்ளப்படும்.

இத்தகைய எரிபொருள்களைத் துண்டுதுண்டாக வெட்டி, அல்லது சிறு துகள்களாக ஆக்கி, அழுத்திய செங்கற்கள் போன்ற வடிவில் சேமித்து வைத்துக் கொள்கிறார்கள். மீண்டும் இவற்றைத் துகள்களாக மாற்றுவது எளிது.

கொதிகலன்களில் இத்தகைய எரிபொருளை இட்டு, நீராவியை உருவாக்கி, சுழலியைச் சுழல வைக்கிறார்கள். சுழலியை மின்னாக் கியுடன் இணைத்து மின்சாரம் உற்பத்தி செய்யப்படுகிறது. இத்தகைய மின்சாரத் தயாரிப்பு முறை வெகு எளிதானது மட்டுமின்றி, உற்பத்திச் செலவும் மிகவும் குறைவானதே. ஆனால், இத்தகைய தாவரக்கழிவு எரிபொருள்களில் அடங்கிய எரிசக்தி மிகவும் குறைவே. எனவே, இத்தகைய எரிபொருளைப் பயன்படுத்தி சிறிய திறன் கொண்ட சுழலிகளையே இயக்க முடியும்.

எரிசக்தித் திறன் குறைவாக இருப்பதால், ஒரு குறிப்பிட்ட அளவு மின்சாரம் தயாரிக்க அதிக அளவு எரிபொருள் தேவைப்படும். அந்த அளவில் கழிவுகளைச் சேகரிப்பதற்கு ஆகும் செலவும், அவற்றை மின் உற்பத்தி நிலையத்துக்கு எடுத்துவரும் செலவும் அதிகமாகும். அது போலவே, எடுத்து வரப்பட்ட எரிபொருளை மின் உற்பத்தி நிலைய வளாகத்துக்குள் சேமித்து வைப்பதற்கும் பெரும் நிலப்பரப்பு தேவைப் படும். அவ்வாறு சேமித்து வைக்கும்போது காற்று, மழை ஆகியவற்றி லிருந்தும் இந்த எரிபொருள்கள் பாதுகாக்கப்பட வேண்டும்.

இன்று இந்தியாவில் பல இடங்களில், 3 மெகாவாட் மற்றும் 5 மெகாவாட் திறன் கொண்ட இயந்திரங்கள் தாவரக் கொதிகலன்களில் கிடைக்கும் நீராவியினால் இயங்கிக் கொண்டிருக்கின்றன.

தாவரக் கொதிகலனைப் பற்றிச் சிந்தித்தவர்கள் உருவாக்கிய புதிய திட்டம்தான் பயனற்ற நிலங்களைப் பயிர் நிலங்களாக மாற்றும் திட்டம். பயிர் நிலங்கள் என்று குறிப்பிடுவது நெல், கரும்பு, வாழை போன்ற பயிரிடும் நிலங்களை அல்ல. இதற்கு மாறாக, குறுகிய காலங்களில் பயனற்ற நிலங்களைப் பயன்படுத்தி, குறைந்த தண்ணீர் வசதியில் புல் மற்றும் பிற செடிகளைப் பயிரிடுவதாகும்.

இவ்வாறு இந்த நிலங்களைப் பயன்படுத்துவதால் நிலம் பாது காக்கப்படும் என்பதுடன், அந்த நிலத்தில் முளைக்கும் செடி மற்றும் புல், சிறிய மரங்கள் ஆகியவற்றை எடுத்து, தாவரக் கொதிகலனில் இட்டு மின்சாரம் தயாரிக்கப் பயன்படுத்திக் கொள்ளலாம்.

இத்தகைய முயற்சியும் நமது நாட்டில், குறிப்பாக தமிழகத்தில் தீவிரம் அடைந்து வருகிறது.

இவ்வாறு அதிக அளவில் பயனற்ற நிலங்களில், குறுகிய கால மர வளர்ப்புத் திட்டத்தை அமல்படுத்துவதால், மழை வளம் பெருக

வாய்ப்பு உள்ளது என்பதும் மறுக்க இயலாத உண்மை. அத்துடன், இம்மரங்களை நாம் வெட்டும்போது தண்டுப் பகுதியைத்தான் வெட்டுகிறோம். வேர்ப்பகுதியை அல்ல. இதனால், மீண்டும் துளிர்த்து மரங்கள் வளர இவை உதவுகின்றன. இவ்வாறு வளர்க்கப்படும் மரங்கள், காய், கனி பலன் தரக்கூடியதாக இருக்கவேண்டிய அவசியம் இல்லை. எதற்குமே உதவாத காட்டு மரங்களாக இருந்தாலே போதும்.

இவ்வாறு வளர்க்கப்பட்ட மரங்கள் வெட்டப்பட்டு, சிறு துகள்களாக மாற்றப்படும்போது, இம்மரங்களில் இருந்து உதிரும் இலைகள் போன்றவைகள், எரிபொருளாகவோ வயல்களுக்கு உரமாகவோ பயன் படுத்தப்படும்.

அமெரிக்கா, பிரேசில், மெக்சிகோ போன்ற நாடுகளில் பெருங்காடுகள் உள்ளன. அக்காடுகளில் உள்ள காய்ந்த மரங்கள், ஆண்டுதோறும் காட்டுத்தீயை பரப்பி காட்டை அழிக்கின்றன. இதனால் சுற்றுப்புறம் பாதிக்கப்படுவதுடன், அத்தீயை அணைக்க ஆகும் செலவும் மிக அதிகம். இதே எரிதலை, இப்பொழுது லாபமாக மாற்றுகிறார்கள். இந்தக் காய்ந்த மரங்களை வெட்டி, அப்புறப்படுத்தி, அவற்றைக் கொதிகலனுள் இட்டு எரிப்பதன்மூலம் மின்சாரம் தயாரிக்கிறார்கள்.

3. தாவரக் கழிவிலிருந்து எத்தனால் (Ethanol)

பிரேசில் நாட்டிலும் அமெரிக்காவிலும்தான், இந்த முறையில் எத்தனால் என்ற எரிபொருள் உற்பத்தி செய்யும் முறை அறிமுகப் படுத்தப்பட்டது.

கரும்பு அறுவடை செய்த பின், அதனைச் சாறு பிழிந்து சக்கையாக்கி, அந்தச் சக்கையை எரிபொருளாகப் பயன்படுத்தும் வழக்கம்தான் இருந்து வந்தது. ஆனால் பிரேசில் நாட்டில், இந்த கரும்புச் சக்கையி லிருந்து எத்தனால் தயாரிக்கப்படுவதைக் கண்டறிந்தனர். எத்தனால் என்பது எரிசாராயம்.

இந்த எத்தனாலை சுமார் பத்து சதவிகிதம் வரை பெட்ரோலுடன் கலந்து, வண்டிகளை ஓட்டத் தொடங்கினர். ஆனால், சமீப காலங்களில் இந்த எத்தனாலுடன் வேறு சில வேதிப் பொருள்களையும் கலந்து இந்தக் கலவையையே முழு எரிபொருளாகக் கொண்டு வண்டிகளை ஓட்டுகின்றனர்.

அமெரிக்காவில் சோளம், மக்காச் சோளம் ஆகியவற்றிலிருந்து எத்தனால் தயாரிக்கப்படுகிறது. அமெரிக்காவிலும் எத்தனால், பெட் ரோலுடன் கலந்து வாகனங்களை ஓட்டப் பயன்படுகிறது.

இந்தியாவில், கரும்புச் சக்கையிலிருந்தும் சர்க்கரை தயாரிப்புக் கழிவிலிருந்தும் எரிசாராயம் தயாரிக்கப்படுகிறது. இந்த எரிசாராயமும்

பெட்ரோலுடன் பத்து சதவிகிதம் வரை கலக்கப்பட்டு உபயோகப் படுத்தப்பட்டு வருகிறது. இத்தகைய எரிசாராயம் சிற்சில இடங்களில், கொதிகலனில் எரிபொருளாகப் பயன்படுத்தப்படுகிறது.

தமிழகத்தில் காட்டாமணக்கு (Jatropha) என்னும் தாவரம் வேலி ஓரங்களில் அதிக அளவு காணப்படுகிறது. இதிலிருந்து பயோடீசல் எனப்படும் எரிபொருளைப் பெறலாம் என்பது சில ஆண்டுகளுக்கு முன்னர்தான் கண்டுபிடிக்கப்பட்டு உறுதி செய்யப்பட்டது. தற்போது தமிழகத்தில் சுமார் 30,000 ஏக்கர் நிலப்பரப்பில் காட்டாமணக்கு பயிரிடப்பட்டு வருகிறது. இதிலிருந்து பயோடீசல் எடுக்கப்பட்ட பின்பு, சக்கையாகிப் போன இந்தச் செடி, தாவரக்கழிவாகக் கருதப்பட்டு கொதிகலனில் எரிக்கப்பட்டு, மின் உற்பத்திக்குப் பயன்படுத்தப்படும்.

பிரித்தெடுக்கப்பட்ட பயோடீசல், பெட்ரோலுடன் கலக்கப்பட்டு விநியோகிக்கப்படும். அதிக அளவில் பயோடீசல் உற்பத்தி செய்யப் பட்டால், அதன் உற்பத்திச் செலவு குறையக்கூடும். இதன் விளைவாக பயோடீசலையே முழு எரிபொருளாகப் பயன்படுத்தும் வகையில் வண்டிகளின் இன்ஜின்களில் மாற்றங்கள் ஏற்படும்.

4. தாவரக் கழிவிலிருந்து மீத்தேன் (Methane)

மீத்தேன் என்பது கார்பனும் ஹைட்ரஜனும் கலந்த ஒரு வேதிப்பொருள் வாயுவாகும். இதனை CH_4 என்று குறிப்பிடுவர். இது எரியக்கூடிய சக்தி கொண்டது. இன்று உலகத்தைச் சூடாக்கிக் கொண்டிருக்கும் (Global warming) கரியமில வாயுவைவிட, 23 மடங்கு அதிக அளவு சூடாக்கும் தன்மை உடையது இந்த மீத்தேன் வாயு.

அமெரிக்காவிலும் பிரிட்டனிலும், முன்பெல்லாம் தாவரக் கழிவுகளை ஆங்காங்கே பள்ளமாக உள்ள இடங்களில் போட்டு நிரப்பிக் கொண்டிருந்தனர் (Land fill). இவ்வாறு மண்ணுக்குள் புதைக்கப்படும் அல்லது புதைந்து போகும் தாவரக்கழிவுகள் மக்கிப்போய், அவற்றி லிருந்து வெப்பமான ஆவி அல்லது வாயு வெளியேறுவதை விஞ்ஞானிகள் கண்டறிந்தனர். அதன் பின்னர் அந்த வெப்ப வாயுவைச் சேகரித்துச் சோதித்ததில் அது மீத்தேன் என்று கண்டறியப்பட்டது.

1966-ல் அமெரிக்காவில் தூய்மையான காற்றுச் சட்டம் (Clean Air Act) அமல்படுத்தப்பட்ட பின்னர், மீத்தேன் வெளியாகும் தாவரக் கழிவுகளை பள்ளங்களில் நிரப்பத் தடை விதிக்கப்பட்டது. இப்போது, இத்தகைய தாவரக் கழிவுகளில் இருந்து, மீத்தேன் வெளியேறக்கூடிய தாவரக்கழிவுகள் பிரித்தெடுக்கப்படுகின்றன.

இவற்றிலிருந்து சேகரிக்கப்படும் மீத்தேன் வாயு, நீரைக் கொதிக்க வைக்கவும் குளிர்காலங்களில் அறைகளைச் சூடுபடுத்தவுமே

பயன்படுத்தப்பட்டு வருகிறது. எனினும், மின்சார உற்பத்திக்கு கொதிகலனில் ஒரு துணை எரிபொருளாக இதனைப் பயன்படுத்த, அனைத்து சாத்தியக் கூறுகளும் உள்ளன.

5. நில அனல் ஆற்றல் (Geo-thermal Energy)

நாம் நடமாடும் இந்தத் தரையைத் தோண்டி கீழே சென்றால், சில இடங்களில் மணற்பாங்கான உள்ளமைப்புகளும், சில இடங்களில் படிவப் பாறைகளும் இருப்பதை அறியலாம். இதேபோல், ஆங்காங்கே சில இடங்களில் நீரூற்றுகளும் தரைக்குக் கீழே உள்ளன என்பதும் நாம் அறிந்த ஒன்றுதான்.

ஜப்பான், பிலிப்பைன்ஸ், மெக்சிகோ, இத்தாலி மற்றும் ஐஸ்லாந்து ஆகிய நாடுகளில் எரிமலைகள் அதிகம் காணப்படுகின்றன. இந்த எரிமலை நிரம்பியுள்ள பகுதிகளில், தரைக்குக் கீழே சுமார் ஒரு கிலோ மீட்டர் வரை துளையிட்டால், நமக்குக் கிடைப்பது அதிக வெப்பமும் அதிக அழுத்தமும் கொண்ட நீராவியாகும். தரைக்குக் கீழே உள்ள நீரூற்றுகள், கீழே உள்ள வெப்பத்தை கிரகித்துக் கொண்டு, நீராவியாகி அதிக அழுத்தத்தில் உள்ளன. இந்த நீராவியை வெளியே எடுத்தால், கொதிகலனின் துணை ஏதுமின்றி நேரடியாக நீராவியைச் சுழலிகளில் செலுத்தி மின்சாரம் தயாரிக்கலாம்.

உலகின் மிக அதிக அளவு மின்சாரம், இந்த நீராவி வாயிலாக, அமெரிக்காவில் சான் பிரான்சிஸ்கோ நகரின் அருகில் கெய்சர் என்ற இடத்தில் தயாரிக்கப்படுகிறது. 1988-ம் ஆண்டுவாக்கில், கெய்சர் நகரில், நில அனல் மின் திட்டம் (Geothermal Project) மூலமாக சுமார் 2,000 மெகாவாட் மின் திறன் உற்பத்தி செய்யப்பட்டது. அது போலவே ஜப்பான், பிலிப்பைன்ஸ், இத்தாலி, ஐஸ்லாந்து மற்றும் மெக்சிகோ நாடுகளில் ஏறத்தாழ ஆண்டுதோறும் இன்றும் சுமார் 3,000 மெகாவாட் மின்சாரம் உற்பத்தியாகிக் கொண்டிருக்கிறது.

சமீப காலங்களில், இத்திட்டங்களில் புதிய சிக்கல் தோன்றி உள்ளது. தரைக்குக் கீழே குறைந்த தூரத்திலேயே அதிக வெப்பம் இருந்த போதும், அதிக அளவு நீர் இல்லாமையால் நீராவி கிடைப்பதில்லை. அதாவது, நிலத்தடி நீர் போதுமானதாக இல்லை. எனினும், சில ஆராய்ச்சிகள் மூலம் தண்ணீரை நிலத்துக்குள் பாய்ச்சி, கீழே உள்ள வெப்பத்தை மேலே கொண்டு வர முயற்சிகள் மேற்கொள்ளப்பட்டு வருகின்றன.

இத்தகைய முயற்சிகள் எந்த அளவு சாதகமான பலனைக் கொடுக்கும் என்பதும் போகப் போகத்தான் தெரியும். எனினும், இன்றளவும் மேற்கூறிய நாடுகளில், மின் உற்பத்தி அதே அளவில் தொடர்ந்து கொண்டுதான் இருக்கிறது.

அது சரி, எரிமலை இல்லாத நாடுகளில் என்ன செய்வது? இந்தியா போன்ற எரிமலை இல்லாத நாடுகளில், சுமார் ஐந்து அல்லது ஆறு கிலோ மீட்டர் ஆழத்துக்கு தரையின் கீழே சென்றால், அதே அளவு வெப்பமும் நீராவியும் கிடைக்கும். ஆனால், அதனைத் தரைமட்டத்துக்கு எடுத்து வருவதற்கு ஆகும் செலவு, அவ்வாறு எடுத்து வந்து அதன் மூலம் மின் உற்பத்தி செய்து கிடைக்கும் பலனைக் காட்டிலும் பன்மடங்கு அதிக மாகும்.

இது இன்றைய நிலை.

எதிர்காலத்தில் மேலும் விஞ்ஞான வளர்ச்சி ஏற்பட்டு, மிகக் குறைந்த செலவில், தரைக்குக் கீழிருந்து நீராவியைக் கொண்டுவரும் சாத்தியம் உருவாகலாம்.

இத்தகைய மின் உற்பத்தி நிலையங்களில், இன்று அவர்கள் சந்திக்கும் மிகப் பெரிய பிரச்னை, அந்த நீராவியில் கரைந்துள்ள உப்புகளும் தாதுக்களும்தான். இவை, சுழலியின் தகடுகளுக்கு பாதகத்தை ஏற்படுத்துகின்றன. இந்த நீராவியைச் சுத்தம் செய்யவும் இயலாது.

6. கடல் அனல் ஆற்றல் (Ocean Thermal Energy Conversion)

சூரியனின் ஒளியிலிருந்து நமக்கு அதிக அளவில் மின் ஆற்றல் கிடைக்க வாய்ப்புள்ளதாக ஆய்வாளர்கள் கருத்து தெரிவித்து உள்ளனர். உலகில் மொத்தம் 1.70 X 10 (11) மெகாவாட் மின்சாரம் சூரிய ஒளியிலிருந்து தயாரிக்க முடியும் என்பது இத்தகைய ஆராய்ச்சியாளர்கள் கூறும் முடிவு. ஆனால், அதே நேரத்தில் இந்த ஆற்றலில் சுமார் 25 சதவிகிதம், கடல் நீரில் சென்று சேர்கிறது என்பதும் மற்றொரு கண்டுபிடிப்பு. எனவே, கடல் நீரில் பொதிந்துள்ள வெப்பம் என்பதே சுமார் 4.25 X 10 (10) மெகாவாட் மின்திறனாகும்.

சாதாரணமாகக் கடலின் மேல்பரப்பில், நீர் சுமார் முப்பது டிகிரி செண்டிகிரேட் என்ற அளவில் இருக்கும். சில குறிப்பிட்ட பகுதிகளில், கடல்பரப்பில் நீரின் வெப்ப அளவு முப்பது டிகிரிக்கும் கூடுதலாக இருக்கும். அதே நேரத்தில், கடலின் மேற்பரப்பை விட்டு நீருக்கடியில் கீழ் நோக்கிப் போனால், சுமார் ஒரு கிலோ மீட்டர் ஆழத்தில், நீரின் வெப்பம் 5 அல்லது 6 டிகிரி செண்டிகிரேட் என்ற அளவில்தான் இருக்கும்.

இவ்வாறு, கடலின் ஆழத்தில் உள்ள நீரின் வெப்பத்துக்கும் கடலின் மேற்பரப்பில் உள்ள வெப்பத்துக்கும் உள்ள மாறுபாட்டினை மின்சாரம் தயாரிக்கப் பயன்படுத்தலாம். இத்தகைய முறையில் மின்சாரம் தயாரிக்கும் மின் நிலையங்கள், பெரும்பாலும் மிதவைகளில் (Barge sailing vessel) மட்டுமே அமைக்கப்படுகின்றன.

குறைந்த அழுத்தத்தில் ஆவியாகக் கூடிய அம்மோனியாவை, கடலின் மேல்பரப்பில் உள்ள நீரின் உதவியால் சூடாக்கி ஆவியாக்கி விடுகிறோம். இந்த ஆவி, சுழலிகளை இயக்கி மின்சாரத்தை உற்பத்தி செய்து தருகிறது. சுழலியின் பணி முடிந்து திரும்பும் அம்மோனி யாவை, கடல் அடிமட்டத்தில் இருந்து கிடைக்கும் குளிர்ந்த தண்ணீரின் உதவியால் குளிர்ப்படுத்தி மீண்டும் பயன்படுத்திக் கொள்கிறோம். இத்தகைய மின் உற்பத்தி நிலையங்கள் சுமார் நான்கு அல்லது ஐந்து மெகாவாட் திறனில்தான் அதிக அளவில் இயங்குகின்றன. இதனை வியாபார ரீதியாகச் செய்வது என்பது தற்போதைய நிலையில் லாபகர மாக இருக்காது என்பதால் எவரும் முன்வரவில்லை.

இத்தகைய முறையில் அதாவது அம்மோனியா திரவத்தைச் சூடுபடுத்தி ஆவியாக்கி பின் குளிர்ப்படுத்தும் முறை, மறுசுழற்சி முறை (Closed cycle) எனப்படுகிறது. இதுமாதிரி அல்லாது, திறந்தமுறையில் (Open Cycle) அம்மோனியா அல்லாது மின்சாரம் தயாரிக்கவும் கடல் நீர் பயன்படுகிறது.

அழுத்தத்தை வெகுவாகக் குறைக்கும்போது, கடல் நீர் முப்பது டிகிரி செண்டிகிரேட் அளவிலேயே நீராவியாக மாறிவிடுகிறது. அழுத்தம் குறைந்தால் நீரின் கொதி நிலை வெகுவாகக் குறையும் என்பதை நாம் ஏற்கெனவே பார்த்திருக்கிறோம். இந்த நீராவியை வைத்து சுழலி இயக்கப்படுகிறது. இவ்வாறு இயக்கப்பட்ட பின், நீராவி குளிரூட்டப் பட்டு மீண்டும் நீராக மாற்றப்படுகிறது. இவ்வாறு திறந்த முறையில் இயங்குவதால், நமக்கு மிகப் பெரும்பலன் ஒன்று காத்திருக்கிறது.

கடல் நீரை மிகக் குறைந்த அழுத்தத்துக்கு உட்படுத்துவதால், தண்ணீரில் உள்ள சுத்தமான பகுதி மட்டும் நீராவியாக மாறும். கடல் நீரில் உள்ள உப்புகள் மற்றும் பிற அசுத்தங்கள் அப்படியே தங்கி விடுகின்றன. எனவே, நீராவியை வைத்துச் சுழலியை இயக்கிய பின், அந்த நீராவியைக் குளிரூட்டினால் நமக்குக் கிடைக்கும் தண்ணீர், சுத்தமான குடிதண்ணீராக மாறிவிடுகிறது.

7. கடல்மட்ட ஏற்ற இறக்க மின் ஆற்றல் (Tidal Energy)

சூரியன், சந்திரன் ஆகியவற்றின் ஈர்ப்பு சக்தி கடல்பரப்பின் மீது ஏற்படுவதால், கடல் மட்டம் மாறுபடுகிறது. கடல்மட்டம், பகலுக்கும் இரவுக்கும் இடையே மாற்றம் அடைகிறது. அதேபோல், பூமி தன்னைச் சுற்றிச் சுழல்வதும் அத்துடன் சூரியனைச் சுற்றி ஒரு நீள்வட்டப் பாதையில் சுற்றுவதுமாக இருப்பதால், கடல்மட்டத்தில் பல மாற்றங்கள் நிகழ்கின்றன.

கடல்மட்டத்தின் உயர வேறுபாட்டைப் பயன்படுத்தி பயனுள்ள வகையில் மின்சாரம் தயாரிக்க முடியும். உயர வேறுபாடு

குறைந்தபட்சம் ஆறு மீட்டர் அளவுக்கு இருந்தால்தான் இது சாத்தியப்படும். இத்தகைய சூழ்நிலை, உலக கடற்கரைப் பகுதிகளில் சுமார் பதினைந்து இடங்களில் மட்டுமே உள்ளது. அமெரிக்காவில் ஃபண்டி வளைகுடா (Bay of Fundy) என்ற இடத்தில், இவ்வகை மின்சாரம் அதிக அளவில் தயாரிக்கப்படுகிறது. இதனையடுத்து ரஷ்யா, பிரான்சு நாடுகளில் இவ்வகை மின்சார உற்பத்தி நடைபெறுகிறது.

அதிகக் கடல்மட்ட உயர மாற்றம் உள்ள இடங்களில், கடற்கரையில் சிறிய மதகணை (Small dam) கட்டப்பட்டு, அதிலிருந்து மின்சாரம் தயாரிக்கப்படுகிறது. சுழலியுடன் கூடிய மின்னாக்கிகள் இந்த அணையுடன் இணைக்கப்பட்டுள்ளன. கடல் அலை எழும்பி இந்த அணைக்குள் பாயும்போது, சுழலி சுழன்று மின் உற்பத்தி நடக்கிறது. அதேபோல், அந்த அலைத் தண்ணீர் திரும்பக் கடலுக்குள் செல்லும் போது சுழலியைச் சுழற்றுவதால், எதிர்த்திசையிலும் மின் உற்பத்தி சாத்தியமாகிறது.

பார்ப்பதற்கு மிக எளிய முறையாகத் தென்பட்டாலும், வர்த்தக ரீதியாக இந்தியாவில் இதனை அமல்படுத்த இயலாது. கடலின் கரைகளில் சிறிய தடுப்புச்சுவர் போன்று அணைகள் கட்டுவதால், கடற்கரைக் கழிவுகள் மற்றும் கடல் தாவரங்கள், கடல் பாசி போன்றவை இங்கு பெருகி, சுற்றுப்புறம் பாதிப்படையும்.

8. காற்று மின்சாரம் (Air Energy)

கேட்பதற்கு நகைப்புக்கிடமளிப்பதாக இருந்தாலும், நமது பொறியா ளர்கள் காற்றைப் பயன்படுத்தி மின்சாரம் தயாரிக்கும் முறையைக் கண்டு பிடித்து உள்ளனர். இதுவரை வியாபார ரீதியாக இது வெற்றியடைய வில்லை என்றாலும், 'நாளை நடப்பதை யார் அறிவார்?' என்பதுபோல இது ஒருநாள் சந்தையில் போட்டி போடவும் கூடும்.

இவ்வாறு காற்றிலிருந்து மின்சாரம் தயாரிக்கும் முறை மிக எளிதானது மட்டுமின்றி, சுற்றுப்புறச் சூழலுக்கு எந்தக் கேடையும் விளைவிக்கக் கூடியதும் அல்ல.

மலைப்பகுதிகளில், பாறைகளை வெடிவைத்துத் தகர்க்கிறார்கள் என்று அறிவோம். அப்படி வெடி வைப்பதற்குமுன் அப்பாறைகளைத் துளையிட்டு, அந்தத் துளையில்தான் வெடி மருந்துக் குச்சிகள் (Gelatine sticks) பொருத்தப்படும். இப்படித் துளையிடுவதற்கு நாம் பயன் படுத்தும் கருவிகள், காற்றினால் இயக்கப்படுபவையே.

மிகப் பெரிய ஆலைகளில் மின் செலவைக் கட்டுப்படுத்த, கடைசல் இயந்திரங்கள் மற்றும் துளையிடும் இயந்திரங்கள் (Lathe, Drilling machine) ஆகியவை, காற்று அழுத்தத்தினால் இயங்கக்கூடிய காற்று மோட்டார்

(Air motor) பொருத்தப்பட்டுத்தான் இயங்குகின்றன. அனல் மின் நிலையங்களில் காற்று வெப்ப மாற்றி (Air Heaters), இத்தகைய காற்று மோட்டார்களினாலும் இயக்கப்படுகிறது.

மிகப் பெரிய ஆலைகளில், ஒரு பகுதியில் காற்று அழுத்திகள் (Air compressors) பல இயங்கிக் கொண்டிருக்கும். இவற்றிலிருந்து கிடைக்கும் அதிக அழுத்தக் காற்று மிகப் பெரிய தொட்டிகளில் (Receiver Tanks) சேமிக்கப்பட்டு, பின்னர் அங்கிருந்து பல இயந்திரங்களுக்கும் எடுத்துச் செல்லப்படும்.

காற்று மூலம் ஒரு மோட்டார் சாதனத்தைச் சுழலவைக்க முடியும்போது, ஏன் ஒரு சுழலியை சுழலவைக்க முடியாது என்ற எண்ணத்தின் விளைவாக வந்ததுதான் காற்று மூலம் மின்சாரம் தயாரிப்பது என்ற முறையாகும். ஆனால் இந்த முறையில் தயாரிக்கப்படும் மின்சாரம், காற்று அழுத்திகள் எடுத்துக் கொள்ளும் மின்சாரத்தைவிடக் குறைந்த அளவில்தான் இருக் கும். எனவே, காற்று மூலம் மின்சாரம் தயாரிக்கப்படுவது என்பது ஒரு துணைப் பணியாக இருந்தால் மட்டுமே இது லாபகரமாக இருக்கும். இல்லையென்றால், 100 மெகாவாட் மின்சாரத்தைச் செலவிட்டு காற்று அழுத்திகளை இயக்கி, இதன்மூலம் சுமார் 60 மெகாவாட் மின்சாரம்தான் உற்பத்தி செய்யமுடியும் என்பதால், இது நடைமுறைக்கு ஆகாத ஒன்றாக முடிந்துவிடும்.

காற்றழுத்திகளின் மூலம் கிடைக்கும் அதிக அழுத்தமுள்ள காற்றினைக் கொண்டு, வேறு பல பணிகளை மேற்கொண்டு அதனிடையே மின்சாரம் தயாரிப்பதிலும் இந்தக் காற்றினை உபயோகப்படுத்தினால், நிச்சயமாக லாபகரமானதாக அமைய பல வாய்ப்புகள் உண்டு.

9. சூரிய ஒளி மின்சாரம் (Solar energy)

மிகவும் சுத்தமான அமைதியான வழியில் மின்சாரத் தயாரிப்பு என்பது சூரிய ஒளியிலிருந்துதான் கிடைக்கிறது. சூரிய ஒளி மூலம் 1.70 X 10 (11) மெகாவாட் மின்சார சக்திக்கு ஈடான சக்தி பூமிக்குக் கிடைக்கிறது என்று ஆய்வு அறிக்கைகள் தெரிவிக்கின்றன. நமக்குக் கிடைக்கும் சூரிய ஒளி மின் சக்தியை நாம் இன்னமும் முழு அளவில் பயன்படுத்தவில்லை.

இதுநாள் வரை, சூரிய ஒளியை தண்ணீர் சூடுபடுத்தவும் பெரிய உணவகங்களுக்குத் தேவையான நீர் கொதிப்புச் சாதனங்களுக்கும் மட்டுமே பயன்படுத்தி வந்திருக்கிறோம். சில குளிர்ப் பிரதேசங்களில், சூரிய ஒளியால் நீரைக் கொதிக்க வைத்து, அந்த வெப்பத்தை கொண்டு அறைகளை வெப்பப்படுத்துகிறார்கள்.

சிலிக்கான் (Silicon), காட்மியம் சல்ஃபைட் (Cadmium Sulfide), கேலியம் ஆர்செனைட் (Gallium Arsenide) மற்றும் இன்னபிற குறை கடத்திகளை

பேட்டரிகளாகப் பயன்படுத்தி, சூரிய ஒளி மற்றும் சூரிய வெப்பத்தை நேரடியாக மின்சாரமாக மாற்றும் முறை தற்போது அதிக அளவில் நடந்து வருகிறது.

பல குறை கடத்திகள் இருந்தாலும், சிலிக்கான் பேட்டரிகள்தாம் இதில் முதலிடம் வகிக்கின்றன. நாம் வானில் செலுத்தும் ராக்கெட், விண்வெளியில் இயக்கும் பரிசோதனைக் கூடங்கள், செயற்கைக் கோள்கள் ஆகியவை, இத்தகைய சிலிக்கான் பேட்டரிகளைக் கொண்டு, சூரிய ஒளி மூலம் மின் சக்தி தயாரித்து அதனைப் பயன்படுத்திக் கொள்கின்றன. ஆனால் சிலிக்கான் பேட்டரிகள் மிகவும் விலை அதிகமானவை என்பதால், வர்த்தக ரீதியில் இவற்றைப் பயன்படுத்த முடிவதில்லை. விண்வெளி செயற்கைக்கோளுக்கு நாம் பல கோடிகள் செலவழிப்பதால், அதனுடன் இணைந்து சில லட்சங்கள் இந்த பேட்டரிக்கு என்று செலவு செய்ய முடிகிறது.

ஒரு நாளிலேயே, சூரிய ஒளி ஒரே சீராக இருப்பதில்லை. காலையில் கிடைக்கும் சூரிய ஒளிக்கும் மாலையில் கிடைக்கும் ஒளிக்கும் மாறுபாடு காணப்படுகிறது. இதனால் சூரிய ஒளியில் இருந்து பெறும் மின்சாரமும் ஒரே சீரானதாக இருப்பதில்லை. சூரிய சக்தி அதிகபட்ச மாக ஒரு சதுர மீட்டருக்கு 1,080 வாட் என்ற அளவில், நண்பகலில் வெயில் கடுமையாக இருக்கும்போது மட்டும் கிடைக்கிறது. இவ்வாறு கிடைக்கும் 1,080 வாட் சக்தியையும் முழுமையான மின் சக்தியாக மாற்ற முடியாது. இன்றைய நிலையில் சூரிய ஒளி பேட்டரிகளின் திறன் வெறும் பத்து சதவிகிதம்தான். அதாவது சூரியனிலிருந்து பெறும் சக்தியில் பத்தில் ஒரு பங்கைத்தான் மின்சாரமாக மாற்ற முடிகிறது.

எனவே, நடைமுறையில் சுமார் ஒரு கிலோ வாட் மின்சாரம் தயாரிக்க சுமார் 100 சதுர அடிகள் தேவைப்படுகிறது. சாதாரணமாக ஒரு வீட்டுக்குத் தேவையான சுமார் ஐந்து கிலோ வாட் மின்சாரத்துக்கு 500 சதுர அடிகள் பரப்புக்கு வெப்ப கிரகிப்பான்களை (Collector Panels) நிறுவ வேண்டியிருக்கும். இதன் விலை பல லட்சங்களைத் தாண்டிவிடும். இதனால் சூரிய மின் சக்தி என்பது, இன்றைய தேதியில் நடைமுறையில் சாத்தியப்படாத ஒன்று.

எனினும், இத்தகைய சூரிய ஒளி பேட்டரிகளின் திறனை தற்சமயம் உள்ள பத்து சதவிகிதத்திலிருந்து அதிகரிக்கவும், இவற்றின் விலை களைக் குறைக்கவும் ஆய்வுகள் தற்சமயம் நடந்து வருகின்றன. சமீபத்தில், விமானத்தின் கூரைப்பகுதிகளில் இத்தகைய பேட்டரி களைப் பொருத்தி மின்சாரம் தயாரிக்க இயலுமா என்றுகூட சோதனைகள் நடத்தப்பட்டுள்ளன.

சூரிய ஒளி மூலமாக, நீரினைக் கொதிக்க வைத்தல், சமையல் பணிகளுக்கான குக்கர் (Solar cooker) போன்றவை பிரபலமடைந்து

வருவதால், இந்தப் பணிகளுக்கு ஆகும் மின்சாரச் செலவு, தற்சமயம் மிச்சப்படுத்தப்படுகிறது என்பது உண்மையே. யானைப்பசிக்குச் சோளப்பொரி ஈடாகாது என்பது போல், நமது மின் தேவையை, இந்த சூரிய ஒளி மின்சாரம் எவ்வாறு சந்திக்கும் என்ற வினாவுக்கு இன்றளவில் விடை இல்லைதான்.

10. காற்றாலைகள் (Wind Energy)

பகல் நேரங்களில், கடல் மற்றும் ஏரிப்பகுதிகளை விட தரைப்பகுதி களின் மேல் உள்ள காற்று வெகு வேகமாக வெப்பம் அடைகிறது. வெப்பத்தினால் காற்று விரிவடைகிறது. இதனால் அடர்த்தி குறைகிறது. இவ்வாறு அடர்த்தி குறைவதால், சூடான காற்று உயர்கிறது. குறைந்த அடர்த்தி கொண்ட காற்று உயர்வதால், அந்த இடத்துக்கு அதிக எடை கொண்ட அதிக அடர்த்தி கொண்ட குளிர்ந்த காற்று வருகிறது. இது ஒருவிதச் சுழற்சியை ஏற்படுத்துகிறது.

இரவு நேரங்களில், இந்நிகழ்வுக்கு எதிரான நிகழ்வு நடைபெறுகிறது. தரைப்பரப்புக்கு மேலே உள்ள காற்று எளிதில் வேகமாகக் குளிர்வதால், கீழே இறங்க, கீழே உள்ள காற்று நகரவேண்டி உள்ளது.

அது சரி, இந்தக் காற்றுக்கும் மின்சாரத்துக்கும் என்ன தொடர்பு?

காற்று அடிக்கும்போது, அதனை எதிர்நோக்கி அமைக்கப்பட்ட காற் றாடி சுழல்கிறது. காற்றாடி சுழல்வதால், காற்றாடியுடன் இணைக்கப் பட்டுள்ள மின்னாக்கியும் சுழல்கிறது. அதன் விளைவாக மின்சாரம் உற்பத்தி ஆகிறது.

காற்றாலைகள் (Wind Mill) விஷயத்தில், ஜெர்மன் நாட்டில்தான் மிக அதிக அளவில் மின்சாரம் தயாரிக்கப்படுகிறது. 2006-ம் ஆண்டு நிலவரப்படி, ஜெர்மனியில் சுமார் 19,267 மெகாவாட் மின்சாரம் காற்றாடிகள் மூலம் உற்பத்தியாகிறது. ஸ்பெயின் நாடு இரண்டா மிடத்தில் 10,941 மெகாவாட்டிலும், அமெரிக்கா மூன்றாம் இடத்தில் 10,492 மெகாவாட் என்ற அளவிலும் உற்பத்தி செய்கின்றன.

இந்தியா நான்காம் இடத்தில் உள்ளது. தற்போதைய நிறுவப்பட்ட மின்சக்தி 5,340 மெகாவாட். இதில் பாதிக்கும் மேற்பட்ட சக்தி, தமிழகத்தில் உள்ள காற்றாலைகளிலிருந்து கிடைக்கிறது.

2001-ம் ஆண்டு 812 மெகாவாட் திறனில் இருந்த தமிழகம், 2006-ம் ஆண்டில் கிட்டத்தட்ட 3,000 மெகாவாட் திறனுக்கு முன்னேறி இருக்கிறது. அதாவது, காற்றாலையின் மூலம் மின்சாரம் தயாரிப்பதில், தமிழகம் கடந்த 5 ஆண்டுகளில் 360 சதவிகித வளர்ச்சியை எட்டியுள்ளது.

இந்தக் காற்று சக்தியை, முற்காலங்களில் எகிப்தியர்களும் சீன தேசத்தவர்களும் பெர்சியா தேசத்தவர்களும், தங்கள் மரக் கலங்களைச் செலுத்துவதற்குப் பயன் படுத்தினர். அதன் பின்னர், அனைத்து நாடுகளுமே 'பாய்மரக்கப்பல்' தத்துவத் துக்குத் தாவின. பின்னர் இந்தக் காற்றின் உதவியுடன், கிணற்றிலிருந்து நீர் இறைக்கும் வேலையைச் செய்ய மனிதன் மூளையைப் பயன்படுத்தினான். எனினும், மின்சாரம் தயாரிப்பது என்பது 19-ம் நூற்றாண்டின் இறுதியில்தான் மனித மூளையில் உதித்தது.

காற்றாலை

காற்றாடி இயந்திரத்தின் திறனை அதிகரிப்ப தால், அதிக மின்சாரத்தை உற்பத்தி செய்து விட முடியாது. மாற்றாக, குறைந்த திறன் உள்ள பல காற்றாடிகளை நிறுவி ஒரு காற்றுப் பண்ணையை (Wind Farm) உருவாக்கினால்தான், அதிக மின்சாரம் உற்பத்தி செய்யமுடியும்.

தமிழகத்தில் முதல் காற்றாலைப் பண்ணை 1980-81 வாக்கில் தூத்துக்குடி திருச்செந்தூர் சாலையில் முள்ளக்காடு என்ற இடத்தில் - ஒவ்வொன்றும் 55 கிலோ வாட் திறன் கொண்ட பத்து காற்றாலைகள் (மொத்தம் 550 கிலோ வாட்) தொடங்கப்பட்டது. 2004-ல், ஒவ்வொரு காற்றாலையின் திறனும் 2,000 கிலோ வாட் என்ற அளவில் உயர்ந்து, காற்றாலை மின் உற்பத்தியில் நாட்டின் முதல் இடத்தைத் தமிழகம் பெற்றுள்ளது.

காற்றாலைகளும், இயந்திர ஆற்றலை மின் ஆற்றலாக மாற்றும் பணி வகையினைச் சார்ந்தவைதான். காற்று உராய்வு போன்றவற்றால் அறுபது சதவிகித திறனுடந்தான் காற்றின் சக்தியை மின் சக்தியாக மாற்ற இயலும் என்பது தற்போதைய கண்டுபிடிப்பு.

காற்றாலை நிறுவுவதற்கு இடத்தை தேர்ந்தெடுக்கும் முன்னர், அந்த இடத்தை புயல் மற்றும் வெள்ளம் தாக்கக் கூடிய அபாயம் உள்ளதா என்று பரிசீலிக்க வேண்டும். மேலும், ஆண்டு முழுவதும் ஒரு வினாடிக்கு சுமார் 7-8 மீட்டர் அளவுக்கு காற்றின் வேகம் இருக்க வேண்டும். இத்தகைய காற்றாலைகளை மிதவைகளில் வைத்து, கடல் அல்லது ஆற்றில்கூட நிர்மாணித்து இயக்க முடியும். அதே போல கடற்கரையிலும் நிர்மாணிக்க இயலும். மேலும், காற்றாலை களுக்கு எரிபொருள் செலவு ஏதும் கிடையாது. காற்று, இயற்கையில் இலவசமாக நமக்கு கிடைக்கிறது.

இத்தகைய காற்றாலை மின்சாரத் தயாரிப்பில், சுற்றுப்புறம் மாசுபடுவதே இல்லை.

எளிதில் அடைய முடியாத கிராமங்களுக்கு, மின்சாரத்தை கேபிள் மூலம் எடுத்துச் செல்ல மிக அதிகம் செலவாகும். இது போன்ற இடங்களுக்கு காற்றாலை மின்சாரம் கைகொடுக்கும்.

அனல் மின் நிலையங்களால் சுற்றுப்புறச் சூழலுக்கு ஏற்படும் ஆபத்தை உணர்ந்த உலகின் பல நாடுகள் - இன்றளவில் காற்றாலை மின்சாரத்தில் அதிக ஆர்வம் காட்டத் தொடங்கியுள்ளன. தற்சமயம் ஐம்பதுக்கும் மேற்பட்ட நாடுகளில் காற்றாலை மூலம் மின் உற்பத்தி செய்யப் படுகிறது. எனவே, காற்றாலை மின்சாரத்தை மேம்படுத்தவும் செயல் திறனைப் பெருக்கவும் பல நடவடிக்கைகள் எடுக்கப்பட்டுள்ளன. அவற்றுள் ஒன்று, காற்றாலையின் இறக்கைகள் தயாரிக்கப் பயன்படும் பொருளாகும்.

முன்பெல்லாம் மெல்லிய இரும்பினால் செய்தது போக, மரம், கார்பன், அழுத்தப்பட்ட பிளாஸ்டிக் (Compressed pvc fibres) போன்ற பொருள்களை இப்பணிக்கு அறிமுகம் செய்ததினால், உருவாக்கும் மின்சாரத்தின் அளவும் அதிகரித்து வருகிறது. ஒவ்வொரு காற்றாலையின் திறனையும் 4-5 மெகாவாட் அளவுக்கு உயர்த்த தீவிர முயற்சிகள் மேற்கொள்ளப் பட்டு வருகின்றன.

11. உள்ளாட்சிக் கழிவுகள் (Municipal wastes)

வீடுகள், அலுவலகங்கள், ஆலைகள் ஆகியவற்றில் இருந்து வெளி யேற்றப்படும் குப்பைகளை அப்புறப்படுத்துவது, ஒவ்வொரு பஞ்சாயத்து அல்லது நகராட்சியின் கடமை.

குறைந்த வருவாய் உள்ள ஊர்களில் உருவாகும் குப்பை மற்றும் கழிவுகளின் அடர்த்தி 250-500 Kg/m^3 என்ற அளவிலும், மிதமான வருவாய் உள்ள சிறு நகரங்களில் உருவாகும் குப்பைக் கூளங்களின் அடர்த்தி 170-330 Kg/m^3 என்ற அளவிலும், அதிக வருவாய் உள்ள நகரங்களில் குப்பைகளின் அடர்த்தி 100-170 Kg/m^3 என்ற அளவிலும் இருக்கிறது. அதாவது, கிராமப்புறங்களில் அதிகப் பொருள்களை கழிவாகவும் குப்பையாகவும் தூர எறிந்து விடுகிறார்கள். நகர்புறத்து மக்கள், பெரும்பாலும் எடை குறைந்த குப்பைகளை மட்டுமே வீசி எறிகிறார்கள் என்று எண்ணத் தோன்றுகிறது.

இத்தகைய குப்பை மற்றும் கழிவுகளின் எரிசக்தித் திறன், கிலோ கிராமுக்கு சுமார் 800-1010 கிலோ கலோரி என்ற அளவில் உள்ளது. எனவே, சில சிறு நகரங்களில் இந்தக் குப்பைகளை அப்படியே அதற்கென்று நிர்மாணிக்கப்பட்ட கொதிகலன்களில் இட்டுக்

கொளுத்தி, நீராவி தயாரித்து அதன் மூலம் மின்சாரம் தயாரிக்கிறார்கள். சென்னை, விஜயவாடா, தில்லி, மும்பை போன்ற நகரங்களில், இந்தக் குப்பைகளில் உள்ள ஈரப்பதத்தை அகற்றிவிட்டு, இக்குப்பைகளை அரைத்து, பின் அழுத்தி சிறுசிறு கட்டிகளாக மாற்றி, அடுக்கிவைத்துக் கொள்கின்றனர். இவ்வாறு மாற்றம் கொண்ட கட்டிகள் (RDF - Refuse Derived Fuel), தமது எரிசக்தித் திறனில் தற்போது கிலோ கிராமுக்கு 3,500 கிலோ கலோரி என்ற அளவில் முன்னேறுகின்றன.

இத்தகைய கட்டிகளை, சிலவகைத் தொழிற்சாலைகளில் உள்ள கொதி கலன்களுக்கு எரிபொருளாகப் பயன்படுத்துகின்றனர். அத்துடன், உள்ளாட்சி நிர்வாகங்களே சிறிய அளவில் (5 மெகாவாட்) மின் உற்பத்தி நிலையங்களை நிறுவி, அங்கு இந்தக் கட்டிகளைப் பயன்படுத்தி மின்சார உற்பத்தி செய்து வருகின்றனர்.

இத்தகைய உள்ளாட்சி மன்றக் குப்பைகளை வைத்து மின்சாரம் தயாரிக்கும் நிலையங்கள், இன்று இந்திய நாட்டின் பல பகுதிகளிலும் இயங்கி வருகின்றன. இத்தகைய எரிபொருளால், கொதிகலன்களைச் சுற்றி சுற்றுச்சூழல் பாதிப்பு ஏற்படக் கூடும். அதே நேரத்தில் இத்தகைய கொதிகலன்களை நிறுவாவிட்டால், சேர்ந்து வரும் குப்பைக் கழிவுகள் மூலம் சுற்றுச் சூழலின் பாதிப்பு பல மடங்கு இருக்கும். அதன்படி பார்த்தால், மின்சாரம் தயாரிப்பதால் ஏற்படும் குறைந்த அளவு சுற்றுச் சூழல் மாசுபடிதல் ஏற்றுக்கொள்ளக்கூடிய ஒன்றுதான்.

நகராட்சிக் கழிவுகள் மூலம் தயாரிக்கப்படும் மின்சாரத்துக்கு ஆகும் செலவு சற்று அதிகம்தான். நீர் மின் நிலையம் போன்றோ காற்றாலை மின் நிலையம் போன்றோ, இது விலை மலிவானது அல்ல. ஆனால், குப்பைகளை அப்புறப்படுத்துவதில் உள்ள செலவையும் சுற்றுச் சூழல் பாதிப்பையும் குறைப்பதே இந்த நகராட்சிக் கழிவு மின் நிலையங்களின் முக்கியமான பணி என்பதை நாம் கருத்தில் கொள்ள வேண்டும்.

12. சூரிய புகைபோக்கி (Solar Chimney)

ஜெர்மனியில் ஸ்டுட்கார்ட் பல்கலைக்கழகத்தைச் சேர்ந்த பேராசிரியர் ஜோர்க் ஷ்லாய்ச் (J'rg Schlaich) என்பவரது ஆராய்ச்சியின் விளைவாக, சூரிய புகைபோக்கி என்பதன் மூலம் மின்சாரம் தயாரிக்கப்பட்டது. 1994-ல் இது கட்டி முடிக்கப்பட்டு வெற்றிகரமாக இயங்கத் தொடங்கியது.

எளிதான மூன்று அடிப்படைத் தத்துவங்களை உள்ளடக்கியதே இந்த சூரிய புகைபோக்கிகள். அவை முறையே:

1. கண்ணாடித் தகடுகள் மூலம் சூடான காற்றினை சேகரித்தல்.

2. புகை போக்கி.

3. காற்றில் இயங்கும் சுழலி மற்றும் மின்னாக்கி.

ஒரு மிக உயரமான புகைபோக்கியை மையமாக வைத்து, அதன் சுற்றுப்புறத்தில், அதிக அளவு பரப்பளவில் கண்ணாடியால் ஆன கூரை அமைத்து, வெப்பமான காற்றை சேகரிக்கிறோம். சூரிய ஒளி, கண்ணாடியில் பட்டுப் பிரதிபலித்து, சுற்றுப்புறத்தை நன்கு சூடேற்றுகிறது. இவ்வாறு சூடேற்றுவதால், அங்கு மையம் கொண்டுள்ள காற்றும் நன்கு சூடாகிவிடுகிறது.

புகைபோக்கியின் அடிப்பாகத்தில் ஒரு பெரிய நுழைவாயில் அமைக்கப் பட்டிருக்கும். வெப்பமான காற்றின் அடர்த்தி குறைவாகவும் குளிர்ந்த காற்றின் அடர்த்தி அதிகமாகவும் இருக்கும். அடர்த்தி குறைவான காற்று புகைபோக்கியின் இழுவைக்குக் கட்டுப்பட்டு, புகை போக்கியின் நுழைவாயிலை நோக்கி நகர்கிறது. புகைபோக்கியின் நுழைவாயில் வழியாக, அதன் அடிப்பாகத்திலிருந்து மேல்பாகம் வரை காற்று இழுக்கப்பட்டு, காற்று மண்டலத்தை அடைகிறது. இவ்வாறு புகைபோக்கியினுள் இழுக்கப்படும் காற்றின் வேகம் விநாடிக்கு சுமார் 15 மீட்டர் வரை கூட இருக்கும்.

புகைபோக்கியின் அடித்தளத்தில் இவ்வாறு நுழையும் காற்றினை ஒரு சுழலிக்குள் செலுத்த, மின்னாக்கி சுழன்று மின்சாரம் உற்பத்தியாகி விடும்.

நடைமுறையில், புகைபோக்கியின் அடிப்பாகத்தில் பல சுழலிகள் இயங்கக் கூடும். சிறு சிறு சுழலிகளாக சுமார் 24 அல்லது 36 சுழலிகளை நிறுவி, அவற்றுடன் ஒன்று அல்லது தனித்தனியான மின்னாக்கியை இணைத்து மின்சாரம் தயாரிக்க முடியும். ஸ்பெயின் நாட்டில் நிறுவப் பட்டுள்ள ஒரு புகைபோக்கியின் உயரம் 195 மீட்டர் ஆகும். அடிப்பாகம் 10 மீட்டர் விட்டம் கொண்டது. புகைபோக்கியைச் சுற்றி வெப்பக் காற்று சேகரிக்க, 240 மீட்டர் விட்டத்தில் கண்ணாடிக்கூரை அமைக்கப் பட்டுள்ளது.

ராஜஸ்தான் மாநிலத்தில் ஜோத்பூரில் நான்கு மெகாவாட் திறனில், இத்தகைய சூரிய புகைபோக்கி தொடங்க திட்டமிடப்பட்டுள்ளது.

இத்தகைய திட்டம், பாலை நிலங்களுக்கு முழுதும் ஏற்ற திட்டமாகும். சுமார் 750 மீட்டர் உயரத்துக்கு புகைபோக்கியை அமைத்து, சுமார் 2,000 மீட்டர் விட்டத்தில் வெப்பக்காற்று சேகரிக்க கண்ணாடிக் கூரைகளை நிறுவினால், சுமார் முப்பது மெகாவாட் மின்சாரத்தைத் தயாரிக்க முடியும்.

புகைபோக்கியின் கட்டுமானச் செலவு மட்டுமின்றி, காற்று சேகரிப்பதற்காக அதிகப் பரப்பளவில் இடமும் தேவைப்படும் என்பது இத்திட்டத்தின் பின்னடைவு.

13. ஹைட்ரஜன் (Hydrogen)

ஒரு பீப்பாய் கச்சா எண்ணெயின் விலை 2004-ல் சுமார் இருபத்தெட்டு அமெரிக்க டாலர்கள். ஆனால், அதே அளவு கச்சா எண்ணெயின் விலை 2005-ல் சுமார் எண்பது அமெரிக்க டாலர்கள் வரை சென்றது. இப்பொழுது 2006-ன் இறுதியில், அறுபது டாலருக்கு சற்று கீழே உள்ளது. உலக நாடுகளின் பொருளாதாரத்தின் கண்களில், விரல்விட்டு அசைத்துப் பார்த்துவிட்டது இந்த எண்ணெய் விலை உயர்வு. வளர்ந்த நாடுகள் சேமிப்பில் வைத்திருக்கும் பணத்தை எடுத்துச் செலவழித்து 'தப்பித் தோம் பிழைத்தோம்' என்று நினைக்கின்றனர். வளராத நாடுகளோ, திருவோட்டினை ஏந்தி உலக வங்கி, ஐ.நா.சபை என கதவைத் தட்டு கின்றன. இடையில் சிக்கிக்கொண்ட வளர்ந்துவரும் நாடுகளோ, சொல்லவும் வழியின்றி மெல்லவும் திறனின்றித் தவிக்கின்றன.

இந்த எண்ணெயை நம்பித்தான் நாம் வாழ வேண்டுமா? உலகில் யாரோ எங்கோ எண்ணெய் விலையை நியாயமான காரணம் இன்றி உயர்த்திக் கொண்டே போனால், அதற்கு நாம் கஷ்டப்பட்டுக் கொண்டேதான் இருக்க வேண்டுமா? இதற்கு விடிவே கிடையாதா? என்ற புலம்பல்கள் நாள்தோறும் கேட்கத் தொடங்கின. இப்படி எல்லாம் மக்கள் புலம்பு வதைக் கேட்ட அரசும், இதுநாள் வரை கவனிக்காத ஹைட்ரஜன் வாயுவின் பக்கம் தன் பார்வையினைச் செலுத்தி வருகிறது.

ஏற்கெனவே ஹைட்ரஜன் வாயுவை, அனைத்து அதிகத் திறன் கொண்ட அனல் மின் நிலையங்களிலும் குளிர்விப்பானாகப் பயன்படுத்தி வருகிறோம். சில நிலையங்களில் ஹைட்ரஜன் வெளியிலிருந்து பெறப் படுகிறது. சில நிலையங்களில் ஹைட்ரஜன் உற்பத்தி செய்யப் படுகிறது. இந்த ஹைட்ரஜன் வாயு பல அரிய குணங்களைத் தன்னகத்தே கொண்டுள்ளது. இதனாலேயே, மின் உற்பத்தி நிலையங்களில் நிலக்கரிக்குப் பதிலாக ஹைட்ரஜனை எரிபொருளாகப் பயன்படுத்த சாத்தியக்கூறுகள் அதிகம் உள்ளது.

இந்த ஹைட்ரஜன் வாயு எரிவதால், புகை என்று எதுவும் உண்டா வதில்லை. அடுத்து இந்த வாயு எரிவதால், எரிந்து முடிந்தபின் நுண்துகள்கள் ஏதும் மீதம் வருவதில்லை. ஆக்சிஜனுடன் கலந்து எரிந்தால், நீராவி மட்டுமே எரிந்தபின் மீதமாகும். இது ஏதும் ஆபத்தை விளைவிக்கக் கூடியது அல்ல.

ஹைட்ரஜனை எரிக்க சுத்தமான ஆக்சிஜன் இல்லாமல் சுற்றுப்புறத்தில் இருக்கும் காற்றையே பயன்படுத்தினால், நீராவியுடன் சேர்ந்து கார்பன் மோனாக்சைட் (Carbon Monoxide), நைட்ரஜன் ஆக்சைடு (Nitrogen Oxide) ஆகியவையும் வெளியேறலாம்.

கச்சா எண்ணெயின் விலை ஏற்றத்தால், உலகின் பல நாடுகளின் பார்வையும் இன்று ஹைட்ரஜன் மீது விழுந்திருப்பதற்குப் பல காரணங்கள் உண்டு. முன்பே கூறியது போல், இது புகையில்லாத சுத்தமான எரிபொருள் என்பதும் ஒரு காரணம். காற்றைவிட மிகவும் லேசானது. ஒரு கிலோ கிராம் எடை கொண்ட ஹைட்ரஜன் வாயு, சுமார் 12 கனமீட்டர் கொள்ளளவை ஆக்கிரமித்துக் கொள்ளும்.

நிலக்கரிக்கு உள்ள எரிசக்தித் திறன், கிலோ கிராமுக்கு சுமார் 4,000-6,000 கிலோ கலோரி. ஆனால், அதே எடையான ஒரு கிலோ கிராம் ஹைட்ரஜன் வாயுவின் எரிசக்தித் திறன் சுமார் 33,000 கிலோ கலோரியாகும். அதாவது, எடைக்கு எடை நிலக்கரி வெளியிடும் வெப்பத்தைப் போன்று, சுமார் 5 மடங்கு வெப்பத்தை ஹைட்ரஜன் வெளியிடக்கூடியது.

அனல் மின் நிலையத்தில் நிலக்கரியை எரிபொருளாகப் பயன்படுத் தினால், கரியைக் கையாள்வதற்கு கோடிக்கணக்கான ரூபாய்கள் செலவு செய்ய வேண்டும். கரியை அரைக்க, அரவை இயந்திரங்கள் தேவை. சாம்பலைக் கையாள, தனித் துறையே தேவை. இவை எதுவுமே இல்லாமல் ஹைட்ரஜனை வைத்துக் கொதிகலனை இயக்க முடியும்.

தற்சமயம், அமெரிக்க அரசு சுமார் ஆயிரம் கோடிக்கு மேல் பண ஒதுக்கீடு செய்து ஹைட்ரஜனை எரிபொருளாகக் கையாள்வதற்கான ஆய்வுகளை மேற்கொண்டுள்ளது. இன்றளவில் விண்வெளிக்குச் செல்லும் செயற்கைக்கோள் மற்றும் ராக்கெட்களில் ஹைட்ரஜன்தான் எரிபொருளாகப் பயன்படுத்தப்படுகிறது.

ஹைட்ரஜனை கொதிகலன்களுக்கு எரிபொருளாகப் பயன்படுத்தத் தடையாக இருப்பது, இந்த வாயுவை எப்படிச் சேமிப்பது என்பதுதான். சின்னச் சின்ன உருளைகளில் சேமித்து, மின் உற்பத்தி நிலையங்களை இயக்க முடியாது. ஆனால் அதே நேரத்தில், சிறிய உருளைகளில் ஹைட்ரஜனை நிரப்பி கார்களை இயக்குவதில் BMW கார் நிறுவனம் வெற்றி கண்டுள்ளது. அதிக அளவு ஹைட்ரஜனைச் சேமிக்க, அதனை வாயு நிலையிலிருந்து திரவ நிலைக்கு மாற்ற வேண்டும். அவ்வாறு மாற்ற இந்த வாயுவை மைனஸ் 240 டிகிரி செண்டிகிரேட் அளவுக்குக் குளிர்விக்க வேண்டும்.

மற்றுமொரு பிரச்னை ஹைட்ரஜனை எங்கிருந்து பெறுவது என்பது. ஹைட்ரஜன் இயற்கையில் தனியாகக் கிடைப்பதில்லை. தண்ணீரை உடைத்து அதிலிருந்துதான் ஹைட்ரஜனையும் ஆக்சிஜனையும் பெற வேண்டும். அதற்கு எவ்வளவு சக்தி தேவைப்படும் என்பதைக் கணக்கிட்டால்தான் ஹைட்ரஜனிலிருந்து பெறும் மின்சக்தி லாபகரமானதா இல்லையா என்று தீர்மானிக்க முடியும்.

7. இந்தியாவில் மின் உற்பத்தியின் வரலாறு

மின் ஆற்றல் நாட்டுக்கு எவ்வளவு கிடைக்கிறது என்பதும், ஒரு தனி மனிதன் ஆண்டு ஒன்றுக்கு எவ்வளவு மின் ஆற்றலை (Per capita consumption) உபயோகிக்கிறான் என்பதும், அந்த நாட்டு மக்களின் வாழ்க்கைத் தரத்தின் குறியீடாகக் (index for standard of living) கருதப் படுகிறது. இன்றைய தினம் ஒரு நாட்டின் பொருளாதார வளர்ச்சிக்கு முதல் பங்கு, மின் ஆற்றல்தான் என்று கூறினால் அது மிகையல்ல. ஒவ்வொரு நாளும் மின் தேவை அதிகரித்துக் கொண்டே வருவதுகூட, தொழில் வளர்ச்சி மற்றும் நாட்டு முன்னேற்றத்தின் அறிகுறி என்றே சொல்லலாம்.

தனிமனிதனின் உணவுக்கும் உடைக்கும் அடுத்து, இன்றைய தேவை மின் ஆற்றல்தான். இன்று இந்தியா வலிமை பொருந்திய பொருளாதார நாடாக மாறிக்கொண்டே வருகிறது. அடுத்த சில வருடங்களில் உல கின் மூன்றாவது பெரிய பொருளாதாரம் என்ற நிலையை நோக்கிச் சென்றுகொண்டிருக்கிறது. இந்த இலக்கை அடைய, நாட்டின் மின் ஆற்றல் பெரும் பங்கை வகிக்கப் போகிறது. உற்பத்தியைப் பெருக்கு வதாக இருந்தாலும் மனித வளர்ச்சியை (Human Development Index) பெருக்குவதாக இருந்தாலும், மின்சாரத்தின் பங்கு இன்றியமையாததாக இருக்கப் போகிறது.

மின் ஆற்றலின் உற்பத்திச் சரித்திரம்

இந்தியாவில் 'மின் உற்பத்தி நிலையம்' என்பது 1897-ல் டார்ஜிலிங் நகரில் தொடங்கியது. இது 200 கிலோ வாட் மின்திறன் கொண்ட ஒரு நீர் மின் நிலையமாகும். இந்த மின்சாரம் கூட, சில தனியார்களுக்கும் அவர்கள் நடத்தி வந்த தொழில் சார்ந்த இடங்களுக்கும் மட்டுமே பயன்பட்டது.

இதனைத் தொடர்ந்து வந்த மின் உற்பத்தி, டீசல் எண்ணெய் கொண்டு இயங்கும் இயந்திரம் மற்றும் மின்னாக்கி இணைந்த அமைப்பாக

இருந்தது. இதற்கு அடுத்த கட்டமாக, ஆயிரம் கிலோ வாட் திறனில், நீராவியைக் கொண்டு இயங்கும் அனல் மின் நிலையம், கொல்கத்தா நகரில் 1899-ல் தொடங்கப்பட்டது.

இந்த மின் உற்பத்தி நிலையத்திலும்கூட, ஒரே இயந்திரமாக இல்லாமல் பல இயந்திரங்களின் கூட்டுக் கலவையே 1,000 கிலோ வாட் அளவு மின் திறனை அளித்தது. அதாவது, இயந்திரங்களின் திறன் மிக குறைந்த அளவிலேயே இருந்தது.

1900-1920-க்கு இடைப்பட்ட ஆண்டுகளில், கான்பூரில் 2,170 கிலோ வாட் மின்திறன் அளவிலும், சென்னை நகரில் 9,000 கிலோ வாட் மின்திறன் அளவிலும், கொல்கத்தா நகரில் 15,000 கிலோ வாட் திறன் அளவிலும் அனல் மின் நிலையங்கள் நிறுவப்பட்டன.

ஆனால், அனல் மின் நிலையங்களுக்கு முன்னர், 1902-ல், இப் பொழுதைய கர்நாடக மாநிலத்தில் உள்ள சிவசமுத்திரம் என்ற இடத்தில் (அன்று இப்பகுதி சென்னை மாகாணத்தில் இருந்தது) 4,500 கிலோ வாட் மின் திறனிலும், 1907-ல் காஷ்மீரில் உள்ள மொஹோரா என்னுமிடத்தில் 3,000 கிலோ வாட் மின் திறன் அளவிலும், தொடர்ந்து 1911-ல் சிம்லாவில் 500 கிலோ வாட் மின் திறன் அளவிலும் நீர் மின் நிலையங்கள் நிர்மாணிக்கப்பட்டன.

1914-ம் ஆண்டு, கர்நாடகத்தில் கோகக் நீர்வீழ்ச்சியை ஒட்டி 1,550 கிலோ வாட் மின் திறன் அளவிலும், 1915-ம் ஆண்டில், பம்பாயில், டாடா நீர் மின் உற்பத்தி நிலையம் 40,000 கிலோ வாட் மின் திறன் அளவிலும் தொடங்கப்பட்டன.

எனவே 1920-ல், நாட்டின் மொத்த மின் உற்பத்தி 130 மெகாவாட் என்ற அளவில் இருந்தது. இதில் 74 மெகாவாட் நீர் மின் நிலையங்களின் மூலமும், 50 மெகாவாட் அனல் மின் நிலையங்கள் மூலமும், எஞ்சிய 6 மெகாவாட் டீசல் இயந்திர மின்னாக்கிகள் மூலமும் உற்பத்தி செய்யப் பட்டன. அடுத்த இருபது ஆண்டுகளில் நல்ல வளர்ச்சி. 1940-ம் ஆண்டில், இந்நிலை 1,208 மெகாவாட் என்ற அளவை எட்டியது.

1941-ம் ஆண்டு முதல் 1950-ம் ஆண்டு வரையிலான காலம், இந்திய மின் உற்பத்தியின் 'இருண்ட காலம்'. 1939 முதல் 1945 வரை இரண்டாம் உலகப் போரின் தீவிரம் நாட்டை அலைக்கழித்துக் கொண்டிருந்தது. இதே நேரம், இந்தியா அடிமைத் தளையிலிருந்து மீள விடுதலைப் போரை தொடர்ந்தது. 1947-ல் கிடைத்த விடுதலைக்குப் பிறகும், தேசப் பிரிவினை, காஷ்மீர் மீதான போர், பிற பிரச்னைகளில் கவனம் என்பதால், மின் சக்தி உற்பத்தியை அதிகரிப்பது பற்றி அரசு கவலைப்படவில்லை.

1940-ம் ஆண்டில் 1,208 மெகாவாட் மின்திறன் என்ற அளவில் இருந்த உற்பத்தி, 1950-ம் ஆண்டு 1,710 மெகாவாட் மின்திறன் என்ற அளவுக்கு

உயர்ந்தது. இந்த 1,710 மெகாவாட் திறனில், நீர் மின் நிலையங்கள் மூலமாக 560 மெகாவாட் திறனும், அனல் மின் நிலையங்கள் மூலமாக ஆயிரம் மெகாவாட் திறனும், ஏனைய 150 மெகாவாட் திறன் டீசல் இயந்திர - மின்னாக்கி மூலமும் உற்பத்தி செய்யப்பட்டது.

அதன்பின்னர், அரசு தீவிரமான முதலீடுகளைக் கொண்டு வந்ததால், மின் உற்பத்தி பெரிதும் வளர்ந்தது. 1956-ம் ஆண்டு வாக்கில் மின் உற்பத்தி, 3,400 மெகாவாட் திறனை எட்டியது. இதைத் தொடர்ந்து அரசு, அடுத்த ஐந்து ஆண்டுகளுக்கு மின் உற்பத்திக்கான முதலீட்டை மூன்று மடங்காக உயர்த்தியது. இதன் பயனாக, 1961-ம் ஆண்டு, மின் உற்பத்தித் திறனின் அளவு 5,700 மெகாவாட் அளவை எட்டியது. இதில் அனல் மின் நிலையங்கள் 3,800 மெகாவாட் திறனையும், நீர் மின் நிலையங்கள் 1,900 மெகாவாட் திறனையும் பங்கிட்டுக் கொண்டன.

நாட்டின் பொருளாதாரத்துக்கு நல்லதொரு அஸ்திவாரத்தை அமைக்கும் நோக்கத்துடன், 1961-ம் ஆண்டுக்குப் பின்னர் கிராமப்புற மின் வளர்ச்சியில் நாடு அதிகக் கவனம் செலுத்த ஆரம்பித்தது. அது மட்டுமின்றி, நாட்டில் உள்ள அனைத்து மின் உற்பத்தி நிலையங் களையும் இணைக்கும் திட்டமும் (National Grid) இக்காலகட்டத்தில்தான் திட்டவடிவாகத் தீட்டப்பட்டது. இதன் மூலம் தேசிய மின் வலைப் பின்னல் (National Power Grid) அமைக்க முடிவு எடுக்கப்பட்டது. இதன் பயனாக, இந்தியா ஐந்து மண்டலங்களாக மின் இயக்கம் மற்றும் விநியோகத்துக்காகப் பிரிக்கப்பட்டதும் இந்த காலகட்டத்தில்தான். இவ்வாறு பிரிக்கப்பட்ட ஐந்து மண்டலங்களுக்கும் தனித்தனியான மண்டல மின்வாரிய அமைப்புகள் (Regional Electricity Boards), இந்த கால கட்டத்தில்தான் ஏற்படுத்தப்பட்டன.

நாட்டை மின் இயக்கம் மற்றும் விநியோகம் தொடர்பான செயல் களுக்காக ஐந்து மண்டலங்களாகப் பிரிக்க எடுத்த நடவடிக்கையின் பயனாக, மாநிலங்கள் பிரிந்து ஒவ்வொரு மண்டலத்துக்குள்ளும் கீழ்க்கண்டவாறு இணைந்தன:

வடக்கு மண்டலம்:- உத்தரப் பிரதேசம், பஞ்சாப், ஹரியானா, ராஜஸ்தான், ஹிமாசல் பிரதேசம், ஜம்மு காஷ்மீர்.

மேற்கு மண்டலம்:- மத்தியப் பிரதேசம், குஜராத், மகாராஷ்டிரம், கோவா, டையூ, டாமன்.

தெற்கு மண்டலம்:- ஆந்திரப் பிரதேசம், கர்நாடகம், தமிழ்நாடு, கேரளா, பாண்டிச்சேரி.

கிழக்கு மண்டலம்:- பிகார், மேற்கு வங்காளம், ஒரிசா.

வடகிழக்கு மண்டலம்:- அசாம், மேகாலயா, மணிப்பூர், திரிபுரா, நாகாலாந்து, அருணாசலப் பிரதேசம், மிஸோரம்.

இதே காலத்தில் மேலும் 4,500 மெகாவாட் மின்திறன் அளவுக்குப் புதிய மின் உற்பத்தி நிலையங்களும் தொடங்கப்பட்டன. 1966-ல் இந்தியாவின் மொத்த மின் உற்பத்தித் திறன் 10,200 மெகாவாட் என்ற அளவை எட்டிப் பிடித்தது.

1969-ம் ஆண்டு, மேலும் 4,100 மெகாவாட் அளவுக்கு மின்திறன் நமது தேசிய மின் வலைப்பின்னலில் இணைந்தது. அடுத்த ஐந்தாண்டுகளுக்கு (1969-1974) மின் உற்பத்தித் திட்டங்களுக்காக 2,983 கோடி ரூபாய்களை அரசாங்கம் ஒதுக்கிய போதும், நம்மால் வெறும் 4,150 மெகாவாட் திறனுள்ள மின்சாரத்தை மட்டுமே புதிதாகச் சேர்க்க முடிந்தது. 1974-ம் ஆண்டில் நமது மின் உற்பத்தித் திறன் 18,600 மெகாவாட் என்ற அளவில் தான் இருந்தது. படிப்படியாக முன்னேறி 1980-ம் ஆண்டில் சுமார் 38,000 மெகாவாட் திறன் என்ற இலக்கைத் தொட்டது.

அனல் நிலையங்களை புதிதாகத் தொடங்குவதற்கு நாம் புதிய புதிய இலக்குகளை நிர்ணயிப்பதும் அதனை எட்ட முடியாமல் பின்னர் தவிப்பதும், தவிர்க்க இயலாத நிலையாகிவிட்டது. அணு மின் நிலையங்களைத் தொடங்கலாம் என்றால் அதற்குத் தேவையான அணு எரிபொருள் இல்லாமை, உலகத் தொழில் நுட்பம் நமக்குக் கிடைக் காமல் போவது போன்றவை தடைக்கற்களாக இருந்தன.

இது போலவே, நீர் மின் நிலையங்களை நிர்மாணிக்க அதிக அளவு முதலீடுகள் தேவை என்பதால், தொழில் நுட்பமும் அதிக அனுபவமும் இருந்தும், நம்மால் நினைத்தபடி எல்லாம் நீர் மின் நிலையங்களை நிறுவ முடியாமல் இருந்தது.

1975-ல் நிறுவப்பட்ட தேசிய அனல்மின் கழகம் (National Thermal Power Corporation), 1978-ல் வெகு வேகமாக உலகத் தொழில் நுட்பம் மற்றும் நிதி ஆதாரங்களைத் திரட்டியது. இதன் பலனாக 1988-ம் ஆண்டில் மின் உற்பத்தி 54,000 மெகாவாட் என்ற புதிய இலக்கினைத் தொட்டு நின்றது. இது 1951-ம் ஆண்டுக்கும் 1988-ம் ஆண்டுக்கும் இடையே சுமார் 32 மடங்கு வளர்ச்சியாகும்!

தமிழகத்தில் 1972-லேயே அனைத்து கிராமங்களுக்கும் மின் வசதி செய்து தரப்பட்டது. இதேபோல் பஞ்சாப் மற்றும் ஹரியானா மாநிலங்கள், தம் ஆளுகைக்குட்பட்ட அனைத்து கிராமங்களுக்கும் மின் வசதி செய்து தந்தது. ஆனால் வேறு பல மாநிலங்களில், கிராமப்புற மின் வளர்ச்சி என்பது முனைப்புடன் செயல்படுத்தப்படவில்லை.

1986-1987-ல் சுமார் பத்து கோடி வீடுகளில், வீட்டு உபயோகத்துக்கு மண்ணெண்ணையைத்தான் பயன்படுத்தி வந்தனர். இந்தப் பத்து கோடி

வீடுகளில் 88 சதவிகிதம் கிராமப்புற இல்லங்களும் 12 சதவிகிதம் நகர்ப்புற இல்லங்களும் ஆகும். ஒரு வீட்டுக்கு ஒரு மாதத்துக்கு 2.2 லிட்டர் என்ற கணக்கில் மாதத்துக்கு 220 கோடி லிட்டர் மண்ணெண்ணெய் வீடுகளுக்கு விநியோகிக்கப்பட்டது.

மண்ணெண்ணையை எரிபொருளாகப் பயன்படுத்தும் விளக்குகள் (சிம்னி விளக்கு, லாந்தர் விளக்கு) மின்சார பல்புகளை விட சுமார் 50 மடங்கு ஒளியினைக் குறைவாக உமிழக்கூடியவை. எனவே, வீடுகளுக்கு மின் வசதி, கிராம மக்களது வாழ்க்கை முறை முழுவதும் அடியோடு மாறிவிடும் என்ற கணிப்பில், பல மாநிலங்களில் கிராமப்புற வீடுகளுக்கு இலவச மின்சாரம் அளிக்கும் திட்டம் 1981-ம் ஆண்டு அறிமுகம் செய்யப்பட்டது.

திட்டமும் எண்ணமும் சரியாக இருந்த போதிலும், மாநில மின் வாரியங்களுக்கு இது எதிர்வினைப் பயனைத்தான் உண்டு பண்ணியது! ஏற்கெனவே நஷ்டத்தில் இயங்கிக் கொண்டிருந்த பல மாநில மின் வாரியங்கள், இத்திட்டத்தினால் மேலும் பொருளாதாரச் சிக்கலில் சிக்கிக் கொண்டன. ஒரு வீட்டுக்கு ஒரு விளக்குக்கு மின்சாரம் இலவசம் என்று அறிவித்த போதிலும், நம் மக்கள் ஒவ்வொரு வீட்டிலும் பல விளக்குகளை உபயோகித்து மின் சுமையை மட்டுமின்றி, அரசுக்குப் பொருளாதாரச் சுமையையும் ஏற்றிவிட்டனர். இதனாலேயே, இத்திட்டம் காலப்போக்கில் கைவிடப்பட்டது.

மத்திய மின் ஆணையம் (Central Electricity Authority) என்ற அமைப்பு இந்தியாவின் மின்தேவை மற்றும் நாட்டில் இயங்கும் ஒவ்வொரு மின் உற்பத்தி நிலையத்தின் உற்பத்தி, செயல்திறன் ஆகியவற்றை துல்லிய மாகக் கண்காணித்து வருகிறது. அத்துடன் நில்லாமல், நமது திட்டத் துறைக்கும் (Planning Commission) ஒவ்வோர் ஆண்டிலும் எவ்வளவு பணம் ஒதுக்கப்பட வேண்டும், எந்த அளவு மின் உற்பத்தித் திறன் அடுத்து வரும் ஆண்டுகளில் அதிகரிக்க வேண்டும், நமக்கு எவ்வளவு மின் உற்பத்தி அடுத்து வரும் ஆண்டுகளில் கிடைக்கும் என்பன போன்ற விவரங்களையும் தகுந்தவாறு தந்து அறிவுறுத்துவதும் இந்த மத்திய மின் ஆணையம்தான்.

இந்த ஆணையம் மார்ச் 1997-ம் ஆண்டில், மேலும் 20,000 MW மட்டுமே நம் தேசிய மின் வலைப்பின்னலில் சேர்க்க முடியும் என்று கணக்கிட்டுக் கூறியது. இத்தனை அளவு அதிகமாக நம் மின் வலைப்பின்னலில் இணைத்த பின்னரும் கூட, நமது தேவைக்கும் உற்பத்திக்கும் உள்ள இடைவெளி மட்டுமே 20,000 மெகாவாட் மின் திறன் என்பது நாம் கவலைப்பட வேண்டிய செய்தியாகும்.

தமிழகம் 2003-ம் ஆண்டுவாக்கில் ஓரளவு தன்னிறைவை எட்டி, அகில இந்திய அளவில் முதல் இடத்தில் நிற்கிறது. ஆனால், தமிழகம் ஏனைய மாநிலங்களுடன் இணைந்து தேசிய மின் வலைப்பின்னலில் பணியாற்ற வேண்டியிருப்பதால், பின் தங்கிய மாநிலங்களின் பாதிப்பு தமிழகத்திலும் எதிரொலிக்கிறது.

தனி நபர் மின் ஆற்றல் உபயோகம் (Per Capita Consumption) 1975-ம் ஆண்டில், இந்தியாவில் 120 யூனிட்களாக இருந்தது. இதுவே 1995-ம் ஆண்டில் வளர்ச்சி அடைந்து 300 யூனிட்களாக உயர்ந்தது. தற்போது 2006-ல் 600 யூனிட்களாக உயர்ந்துள்ளது. ஆனால், 2003-ம் ஆண்டுக் கணக்கின்படி, கனடா நாட்டில் ஆண்டு ஒன்றுக்கு தனிநபர் மின் ஆற்றலின் உபயோகம் 16,047 யூனிட்கள். சுவீடன் நாட்டில் இது 14,685 யூனிட்கள், நார்வே நாட்டில் 22,859 யூனிட்கள், பின்லாந்தில் 14,872 யூனிட்கள், அமெரிக்காவில் 12,187 யூனிட்கள்; ஆஸ்திரேலியாவில் 10,035 யூனிட்கள் ஆனால் இந்தியாவில் வெறும் 600 யூனிட்கள்!

இன்றைக்கு இந்தியாவின் தேசிய மின் வலைப்பின்னலில் சுமார் 1,27,423 மெகாவாட் மின் திறன் இருக்கிறது. ஆனால், நமக்கு 2012-ம் ஆண்டுக் கான தேவையோ 2,40,000 மெகாவாட்! எப்படி இந்த இலக்கை எட்டப் போகிறோம்?

தனியார் துறையில் மின் உற்பத்தி

ஒரு காலத்தில், நமது அரசாங்கம் பல துறைகளைத் தனியார் வசம் விட்டு வைத்திருந்தது. பேருந்து இயக்கம், வங்கிப் பணிகள், ஏன் மின் உற்பத்தி கூட முன்பு தனியார் வசம்தான் இருந்தது. 1960-1975-க்கு இடைப்பட்ட காலத்தில், அரசு பல துறைகளை தேசிய மயமாக்கியது. இன்ஷூரன்ஸ், வங்கிகள், விமானப் போக்குவரத்து, மின் உற்பத்தி என பலவும் தனியார் துறையிடம் இருந்து வெளியேறி அரசின் ஆளுகைக்குள் வந்தன.

அனைத்தும் அரசின் ஆளுமைக்கு உட்பட்டு செயல்படத் தொடங்கிய ஆரம்ப காலத்தில், நல்ல பலன்களை ஈட்டத் தொடங்கின என்பது உண்மைதான். அரசால் மட்டுமே மிக அதிக முதலீடுகளைக் கொண்டு வர முடிந்த காலம் அது. மேலும், மத்தியில் வலுவான அளவில் திட்டமிடுதல் வேண்டியிருந்தது. ஆனால், ஆண்டுகள் செல்லச் செல்ல இந்தத் துறைகள் நஷ்டத்தில் இயங்கத் தொடங்கின. எதிர்பார்த்த வளர்ச்சி இல்லை. செயல்திறனிலும் குறைபாடுகள் இருந்தன.

இதன் விளைவாக, 1990-களில் மீண்டும் அரசாங்கம் தன் கொள்கை களை மாற்றியமைக்க முற்பட்டது. கொஞ்சம் கொஞ்சமாக அனைத்துத் துறைகளிலும் தனியார் நிறுவனங்களை வரவேற்கத் தொடங்கியது.

இத்தகைய காலகட்டத்தில், மின் சக்தித் தேவைக்கு இன்றியமையாத வெளிநாட்டுப் பணம், தொழில் நுட்பம், உலக வங்கிக் கடனுதவி போன்றவை கிட்டாத நிலைமையில், மின் உற்பத்தித் துறையையும் தனியாருக்குத் திறந்துவிட 1991-ல் அரசு முடிவெடுத்தது.

1991-ல் தனியார் நிறுவனங்கள் மின் உற்பத்தித் துறையில் நுழைய அனுமதிக்கப்பட்டாலும், எவரும் துணிவுடன் இத்துறையில் முதலீடு செய்யத் தயாராக இல்லை. பின்னர், அரசாங்கம் பல சலுகைகளை அறிவித்து அவர்களது பயத்தைப் போக்கி, இத்துறையில் தனியார் துறையை ஈடுபடுத்தியது. இதன் விளைவாக 1996-97-க்குப் பின்னர் நாட்டின் பல பகுதிகளில் தனியார் மின் உற்பத்தி நிலையங்கள் பல செயல்படத் தொடங்கிவிட்டன.

தமிழ்நாட்டில் - சென்னை (பேசின் பாலம்), கும்மிடிப்பூண்டி, மதுரை, கும்பகோணம், தர்மபுரி, நாகப்பட்டினம், ராமநாதபுரம், கோவை ஆகிய இடங்களில் தனியார் இயக்கும் மின் உற்பத்தி நிலையங்கள் இயங்கி வருகின்றன. இதுதவிர, முறை சாரா வகையில் மின்சாரம் உற்பத்தி செய்யும் நிலையங்களும் பல இடங்களில் தனியார் மூலம் நிர்வகிக்கப்படுகிறது.

தூய மின்சாரம் என்று பெயர் பெற்ற காற்றாலை மின் உற்பத்தி நிலையங்கள் அனைத்தையுமே தனியார்கள்தாம் இயக்கி நிர்வகித்து வருகிறார்கள். ஆந்திராவிலும் மற்றும் சில மாநிலங்களிலும், நீர் மின் நிலையங்களில் சில தனியார் துறையில் இயங்கி வருகின்றன. ஆனால், தமிழகத்தில் நீர் மின் நிலையங்கள் அரசின் கட்டுப்பாட்டில்தான் உள்ளன.

தனியார் துறை மின் உற்பத்தி நிலையங்களில், காற்றாலைகள் சிறிய அல்லது குறைந்த அளவு மின்திறனுடன் இயங்குகின்றன. அதே நேரத்தில், எரிவாயுச் சுழலி மின் உற்பத்தி நிலையங்கள் அதிகத் திறன் கொண்டதாக அமைக்கப்படுகின்றன. இத்தகைய தனியார் மின் உற்பத்தி நிலையங்களை, பொதுவாக இரண்டு வகைகளாகப் பிரிக்க முடியும்.

1. மின்சாரம் மட்டும் உற்பத்தி செய்து அதனை அரசாங்கத்துக்கு விற்பனை செய்வது. அதாவது, மின் உற்பத்தியை மட்டுமே குறிக் கோளாகக் கொண்டது. இதில் உற்பத்தியாகும் மின் திறனை நூறு சதவிகிதம் அரசு வாங்கிக்கொண்டு, குடிமக்களுக்கு விநி யோகிக்கும்.

2. தனியார் ஒரு தொழிற்சாலையை நிறுவி (உதாரணமாக உரம், கார், சிமெண்ட் இப்படி எது வேண்டுமானாலும்) அதற்குத் தேவைப் படும் மின்சக்தியைக் கணக்கிடுவர். பின்னர், தொழிற்சாலை

வளாகத்திலேயே ஒரு மின் நிலையத்தினை நிர்மாணித்து, அதிலிருந்து உற்பத்தியாகும் மின்சாரத்தை தமது தொழிற்சாலைக்குத் தேவைப்படும் அளவு பயன்படுத்திக் கொள்வர். பின் எஞ்சிய மின்சாரத்தை அரசின் மின் வலைப்பின்னலுக்கு விற்று விடுவர்.

இது மின்சாரத்துடன் இணைந்த ஆலை (Cogeneration plant) வகையைச் சார்ந்தது. தொழிற்சாலைக்கான மின்சுமையைத் தனியாரே எடுத்துக் கொள்வதன் மூலம், மாநில மின் வலைப்பின்னலுக்கு மின்சுமையை ஏற்றுவதில்லை. அரசுக்கு உபரி மின்சாரமும் உற்பத்தி செய்து தரப்படுகிறது. இதனால் அரசுத் தரப்புக்கு சுமை குறைகிறது.

இவ்வாறான ஆலையுடன் இணைந்த மின் உற்பத்தி நிலையங்கள் (Cogeneration Plant), சமீபகாலங்களில் அதிக அளவில் பிரபலம் அடைந்து வருகின்றன. உற்பத்தி செய்யப்படும் மின்சாரத்தில் சுமார் முப்பது முதல் நாற்பது விழுக்காடு வரை அந்தத் தொழிற்சாலைகள் எடுத்துக் கொண்டாலும், மீதம் அறுபது முதல் எழுபது சதவிகிதம் அரசுக்கும், அதன்மூலம் மக்களுக்கும் கிடைக்கிறது.

மின் விநியோகம்

பகல் பன்னிரண்டு மணி வெயிலில் வெளியே சென்றுவிட்டு வீட்டுக்குள் நுழைந்தவுடன், நம் கை விரல்கள் அனிச்சையாக மின்சார விசிறியை இயக்க அந்த ஸ்விட்சைத் தேடிப் போகின்றன. இந்த மின்சாரம் எப்படி உற்பத்தியாகிறது என்பதும் அதன் அடிப்படை விஞ்ஞானம் என்ன என்பதும் நமக்குப் புரிகிறது. ஆனால், திருநெல் வேலிக்கு அருகில் உற்பத்தியாகும் மின்சாரம் திருவண்ணாமலைக்கு எப்படி வருகிறது? நீலகிரி மலையில் உருவாகும் மின்சாரம் நெல்லிக்குப்பத்துத் தெருவுக்குள் நுழைவது எப்படி?

மின்னாக்கியிலிருந்து உற்பத்தியாகி வெளியேறும் மின் திறனின் அழுத்தம் சுமார் 10-15 கிலோ வோல்ட் என்ற அளவில் இருக்கும். ஆனால், மின்னோட்டத்தின் அளவோ மிக அதிகமாக இருக்கும். இப்படி 10-15 கிலோ வோல்ட் என்ற மின் அழுத்தத்தில் உற்பத்தியாகும் மின் திறனை ஒரு மின் மாற்றி மூலம், 230 கிலோ வோல்ட் என்ற அழுத்தத்துக்கு மாற்றிக் கொள்கிறோம். இவ்வாறு மாற்றப்பட்ட பின் இந்த மின்சாரம், அந்த மின் உற்பத்தி நிலைய வளாகத்தில் உள்ள உபமின் நிலையத்துக்குச் (Substation) சென்று, அங்கிருக்கும் பலவிதமான பாதுகாப்புச் சாதனங்கள் வழியாகத் தன் பயணத்துக்குத் தயாராகிறது.

இதன் பின்னர் உயர்ந்த கோபுரங்கள் (Transmission Towers) மூலம் மின் கம்பிகள் இணைக்கப்பட்டு, அடுத்த பெரிய நகரை நோக்கிச் செல்கிறது. உயர் அழுத்தத்தில் மின்சாரத்தை ஓரிடத்தில் இருந்து

வேறிடத்துக்கு எடுத்துச் செல்வது, மிக எளிதானது மட்டும் இன்றி இழப்பைப் (Transmission losses) பெருமளவில் குறைக்கக் கூடியது.

இதை ஓர் எடுத்துக்காட்டு மூலம் எளிதில் புரிய வைக்கலாம். நாம் ஓர் ஊருக்குப் போகிறோம். கையில் இரண்டாயிரம் ரூபாய் எடுத்துக் கொண்டு போக வேண்டும் என்றால் அந்த இரண்டாயிரம் ரூபாயைச் சில்லரை நாணயங்களாக மாற்றி, தலைச்சுமையாக எடுத்துச் செல்வதில்லை. 500 ரூபாய் நோட்டுகளாக, நான்கு நோட்டுக்களை மடித்து சட்டைப் பையில் செருகிவைத்து எடுத்துச் செல்கிறோம். நாம் போய்ச் சேரவேண்டிய ஊர் வந்ததும், 500 ரூபாயை 100, 50, 20, 10 என்று மாற்றிக் கொண்டு, நாம் விரும்பியபடி செலவழித்துக் கொள்கிறோம்.

அதே முறைதான் மின்சாரத்திலும். உற்பத்தி நிலையத்தில் மின் மாற்றி உதவியால் 230 கிலோ வோல்ட் என்று மின் அழுத்தத்தை உயர்த்தி, அதனை கோபுரங்களில் பொருத்தப்பட்ட கம்பிகள் மூலமாக தொலைவில் உள்ள நகருக்கு எடுத்துச் செல்கிறோம். அந்த நகரை அடைந்தவுடன், அங்குள்ள மின் நிலையங்களில் இந்த 230 கிலோ வோல்ட் அளவு அழுத்தம் உள்ள மின்சாரம், மேலும் ஒரு மின் மாற்றி உதவியால் 110 கிலோ வோல்ட் என்று குறைக்கப்படுகிறது. 230 கிலோ வோல்ட் மின்சாரம், தான் கொண்டுவந்த சுமையில் ஒரு பகுதியை 110 கிலோ வோல்ட் மின் அழுத்தத்தில் இறக்கிவிட்டு, மீண்டும் அடுத்த ஊரை நோக்கித் தன் பயணத்தைத் தொடர்கிறது.

பெரிய நகரில் 110 கிலோ வோல்ட் அளவுக்குக் கிடைத்த மின்திறன், அங்கு 11 கிலோ வோல்ட் என்ற அளவுக்கு மேலும் ஒரு மின் மாற்றி மூலம் மாற்றப்பட்டு, நகரின் அனைத்துத் தெருக்களுக்கும் எடுத்துச் செல்லப்படுகிறது. தொழிற்சாலைகள், அதிக அளவு மின்பளுவைப் பயன்படுத்துவோர் ஆகியோருக்கு, இந்த 11 கிலோ வோல்ட் மின் அழுத்த அளவிலேயே மின்திறன் வழங்கப்படுகிறது. வீடுகள், கடைகள் ஆகியவற்றுக்கு, ஒவ்வொரு தெருவிலோ, அல்லது இரண்டு மூன்று தெருக்களுக்குப் பொதுவாகவோ, மேலும் ஒரு மின் மாற்றி மூலம் 440 வோல்ட் / 230 வோல்ட் என்ற அளவில் மாற்றி வழங்கப்படுகிறது.

440 அல்லது 230 வோல்ட் அளவுள்ள மின்சாரம்தான், அனைத்துத் தெருக்களிலும் சிமெண்ட் கம்பங்கள் மீது நான்கு அல்லது ஐந்து கம்பிகள் செல்லும் அமைப்பாகக் காட்சியளிப்பது. இந்தக் கம்பங்களில் செல்லும் கம்பிகளில் இருந்து மேலும் கம்பிகளை இணைத்து, ஃப்யூஸ் வயர் (Fuse wire) பொருத்தி, ஒவ்வொரு வீட்டுக்கும் மின் இணைப்பு வழங்கப்படுகிறது.

தெருவிளக்குகளுக்கான இணைப்பு இந்த சிமெண்ட் கம்பங்களில் உள்ள கம்பிகளில் இருந்து நேரடியாகக் கொடுக்கப்பட்டிருந்தது.

சமீபகாலமாக, தெருவிளக்குகளுக்காக என்று தனியாக ஒரு கடத்தியை அமைத்து அதற்காக ஆகும் கட்டணம், அந்தந்த உள்ளாட்சி நிர்வாகங் களிடமிருந்து வசூலிக்கப்படுகிறது.

பெரிய நகரில் 110 கிலோ வோல்ட் மின் அழுத்தத்துக்கு மாற்றப்பட்ட மின்திறன், தன்னிடமிருந்து ஒரு சிறு சுமையை மட்டும் 11 கிலோ வோல்ட் மின் அழுத்தத்துக்கு மாற்றி, அந்தப் பெரு நகர மக்களுக்குக் கொடுத்துவிட்டு, சற்று தொலைவில் உள்ள இன்னொரு நகருக்குச் சென்று, அங்கு தனது மின் அழுத்தத்தை 66 கிலோ வோல்ட் அல்லது 33 கிலோ வோல்ட் என்ற அளவுக்குக் குறைத்து ஒரு பகுதியை மட்டும் அந்த நகருக்குக் கொடுத்துவிட்டு, அடுத்த நகரை நோக்கித் தன் பயணத்தைத் தொடர்கிறது. இப்படி ஊர் ஊராகச் சுற்றி, இந்த மின் தொடர்கள் பயணம் செய்த வண்ணமே உள்ளன. பேரூர் மற்றும் சிற்றூர் களுக்கும் உள்ளே புகுந்து, இந்த மின் வழித்தடங்கள் செல்கின்றன.

8. மின்னாக்கி, மின் மாற்றி

மின் உற்பத்தி மற்றும் விநியோகத்தின் அடிப்படையில் இரண்டு முக்கியமான மின் கருவிகள் உள்ளன. இவற்றின் பெயரை நாம் முந்தைய அத்தியாயங்களில் பலமுறை பார்த்துவிட்டோம். மின்னாக்கி (Generator), மின் மாற்றி (Transformer) ஆகியவைதான் இவை. எந்தவிதமான மின் நிலையமாக இருந்தாலும் சரி - மின்னாக்கிதான் இயந்திர சக்தியை மின் சக்தியாக மாற்றுகிறது. உருவாக்கிய மின்சாரத்தை பல்வேறு இடங் களுக்கும் கொண்டு போவதற்கு, வழியில் பல இடங்களில் மின் மாற்றி தேவைப்படுகிறது.

இந்த இரு கருவிகளைப் பற்றியும் மேற்கொண்டு சிறிது பார்ப்போம்.

மின்னாக்கி (Generator)

மின்சாரம் - நேர் மின்சாரம் (Direct Current - DC) என்றும் மாறு மின்சாரம் (Alternating Current - AC) என்றும் இருவகைப்படும்.

முதன்முதலில் மின்சாரத்தை உருவாக்கி வணிகரீதியில் வீடுகளுக்கு அனுப்பியவர், கண்டுபிடிப்புகளின் கதாநாயகனாகிய தாமஸ் ஆல்வா எடிசன். அவர் அப்பொழுது தயாரித்தது நேர் மின்சாரம்தான். எடிசனிடம் வேலை செய்து, பின் அவருடன் சண்டை போட்டுக் கொண்டு வெளியேறிய நிகோலா டெஸ்லா என்பவர் கண்டுபிடித்தது தான் மாறு மின்சாரம். எடிசன் எவ்வளவோ முயற்சி செய்து மாறு மின் சாரத்தை அழிக்க நினைத்தாலும், கடைசியில் உலகம் மாறு மின்சாரத் தைத்தான் ஏற்றுக்கொண்டுள்ளது.

நேர் மின்சாரத்தை உற்பத்தி செய்யும் மின்னாக்கிகள் இன்று அரிதாகி வருகின்றன. இவை குறிப்பிட்ட சில பயன்களுக்கு மட்டுமே பயன் படுத்தப்படுகின்றன. இவ்வகை மின்னாக்கிகளை, பேருந்துகளிலும் கார்களிலும் கல்லூரி ஆய்வுக்கூடங்களிலும் காணமுடியும். இதற்கு அப்பால், நம் வீடுகளிலும் கடைகளிலும், தொழிற்சாலைகள் மற்றும் அலுவலகங்களிலும் மாறு மின்சாரம்தான் பயன்படுத்தப்படுகிறது.

முன் காலங்களில் சைக்கிள்களில் டைனமோ மூலம் விளக்கு எரிய வைப்போம் அல்லவா? அந்த டைனமோ ஒரு நேர் மின்சார மின்னாக்கி. அதைப் போலத்தான் கார்கள், பேருந்துகள் ஆகியவற்றுக்குத் தேவையான மின்சாரத்தை - ஹெட்லைட், ஏசி, ரேடியோ ஆகியவற்றை இயக்க - நேர் மின்சார மின்னாக்கி ஒன்றின் மூலம் தயாரிக்கிறோம்.

மின் நிலையங்களில் மாறு மின்சாரம் மட்டுமே இன்று உற்பத்தி செய்யப் படுவதால், அதற்கான மின்னாக்கியின் உள்பாகங்களைப் பற்றி மட்டும் இப்போது பார்ப்போம்.

மின்சார உற்பத்தியில் முக்கிய இடம் பிடிப்பது - காந்தப்புலம், மின் கடத்தி மற்றும் சுழற்சி ஆகும். மின்னாக்கியின் உட்பாகங்கள், நிலையி (Stator) என்றும் சுழலி (Rotor) என்றும் இருபெரும் பிரிவுகளாக உள்ளன. இதில் நிலையியயைச் சேர்ந்த பாகங்கள் அனைத்தும் மின்னாக்கி இயங்கும் போது நிலையானவையாக - அதாவது நகராமல், அசையாமல், சுற்றாமல், ஆடாமல் - இருக்கின்றன. மின்னகம் (Armature), மின்கைச்சுற்றுகள் (Armature winding), தொடுவிகள் (Brushes) ஆகியவை இந்த இனத்தைச் சார்ந்தவையாகும்.

இதர பாகங்களான காந்தத் துருவங்கள் (Magnetic Poles), துருவச் சுற்றுகள் (Pole winding) ஆகியவை சுழலியுடன் இணைந்தவை. இவை மின்னாக்கி இயங்கும்போது, நிலையானதாக நில்லாமல் சுழன்றுகொண்டே இருக்கக் கூடியன.

மாறு மின்னோட்ட மின்னாக்கிக்கும் நேர் மின்னோட்ட மின்னாக்கிக்கும் முக்கியமான வேறுபாடு ஒன்று உண்டு. மாறு மின்னோட்ட மின்னாக்கியில், மின்னகம் நிலையாகவும் காந்தத் துருவங்கள் சுழலியாகவும் இருந்து செயல்படுகின்றன. ஆனால் நேர் மின்னோட்ட மின்னாக்கியில் இதற்கு மாறாக, துருவங்கள் நிலையாகவும் மின்னகம் சுழலியாகவும் இருந்து செயல்படுகின்றன.

மாறு மின்னோட்ட மின்னாக்கியின் நிலையி உருக்கு இரும்பால் செய்யப்பட்டுள்ளது. மின்னகம் - அதாவது மின்கடத்திச் சுற்றுகள் (வயர் சுற்றுகள்) - இந்த நிலையியின் உள்ளே இருக்கிறது. இம்மின்ன கத்தில் கடத்திகளைப் பொருத்தி வைப்பதற்கு ஏதுவாக பள்ளங்கள் அமைக்கப்பட்டுள்ளன. சுழலி, உருளை வடிவில் தனது வெளி விளிம்பில் துருவங்களைத் தாங்கி இருக்கிறது.

இந்த காந்தங்கள் மின்காந்தங்கள் ஆகும். மின்னாக்கி இயங்கத் தொடங்கும்போது காந்தத் துருவங்களைச் சுற்றியுள்ள மின்சுற்றுகளுக்கு வெளியிலிருந்து நழுவு வளையங்கள் (Slip Rings) மூலமாக மின்னோட்டம் கிடைக்கிறது. இதற்கு தொடுவிகள் (Brushes)

பயன்படுகின்றன. துருவச் சுற்றுகளுக்கு அளிக்கப்படும் மின்சாரம் நேர் மின்னோட்ட மின்சாரம் ஆகும்.

இது வெறும் விளக்கப்படம் மட்டுமே. நடைமுறையில், ஒரு பள்ளத்தில் இரு கடத்திகள் இருக்கும். அதிகத் திறன் கொண்ட இயந்தி ரங்களில், கடத்திகள் உட்புறம் துளைக்கப்பட்டு இருக்கும். இதன் வழியே தொடர்ச்சியாக, அதிசுத்தமான தண்ணீர் சென்று கடத்தியைக் குளிர்விக்கும்.

மின்னாக்கி தயாரிப்பில் உட்பாகங்களின் எண்ணிக்கை குறைவுதான் என்ற போதிலும், அதிகக் கவனம் தேவைப்படும். கடத்திகளுக்கும் மின்னகத்துக்கும் இடையேயான கடத்தாப் பொருள், கடத்திகள் செய்யப் பயன்படும் செப்புத் தகடுகள் ஆகியவை மிக உயர்ந்த தரத்த வையாக தேர்ந்தெடுக்கப்படுகின்றன. வெளிச்சட்டம் தனித்தன்மை வாய்ந்த இரும்பால் செய்யப்பட்டது. மின்னகம் ஒரே ஒரு துண்டாகச் செய்யப்படாமல், மெல்லிய தகடுகளால் ஒன்று சேர்க்கப்படுகிறது.

நவீன கால மின்னாக்கிகள் அதிகத் திறன் படைத்தவையாக உருவாக் கப்படுகின்றன. 210 மெகாவாட் திறன் கொண்ட மின்னாக்கியில், கடத்தியின் வழியே பாயும் மின்னோட்டத்தின் அளவு சுமார் 10,000 ஆம்பியர் ஆகும். இத்தகைய அதிக அளவு மின்னோட்டம் மிக அதிக அளவு வெப்பத்தை உருவாக்கும். இதனால், மின்னாக்கியைக் குளிர்விப்பதற்கு ஹைட்ரஜன் வாயு பயன்படுத்தப்படுகிறது.

மின்னாக்கியின் வெளிச்சட்டத்தின் வலது இடது புறங்களில், மின்னாக்கியின் முழு நீளத்துக்கு ஹைட்ரஜனைக் குளிர்விக்கும் வெப்ப மாற்றிகள் பொருத்தப்பட்டிருக்கும். மின்னாக்கியின் உட்புறம் முழுவதும் ஹைட்ரஜன் வாயு நிரப்பப்பட்டிருக்கும். சுழலி சுழலும்போது கடத்திகளிலிருந்து வெப்பத்தை கிரகித்து வெப்பம் அடையும் ஹைட்ரஜன் வாயு, இரண்டு புறங்களிலும் உள்ள வெப்ப மாற்றியை நோக்கி நகரும். வெப்ப மாற்றியில் குழாய்கள் பொருத் தப்பட்டு, குழாய்களின் உட்புறம் குளிர்ந்த நீர் செலுத்தப்படும். இதனால் வெப்பமான ஹைட்ரஜன், குழாய்களின் மேல் பரப்பில் உராய்ந்து தம்மிடம் உள்ள வெப்பத்தை இக்குழாய்கள் வழியாக அதனுள் பாயும் தண்ணீருக்குக் கொடுத்துவிட்டு, தாம் குளிர்ந்து மீண்டும் கடத்திகளை நோக்கி வெப்பத்தை கிரகிக்கச் சென்றுவிடும்.

கடத்திகளின் உட்புறமும் நீரைச் செலுத்திக் குளிர்விக்கும் முறையும், அதிகத் திறன் கொண்ட அனைத்து மின்னாக்கிகளிலும் நடைமுறையில் உள்ள ஒன்றுதான்.

மின் மாற்றிகள் (Transformers)

மின்னாக்கிகளில், சுமார் 200 கிலோ வாட் திறனில் தொடங்கி, இன்று 1,000 மெகாவாட் (10,00,000 கிலோ வாட்) வரை உற்பத்தி செய்யும் அளவு தொழில் நுட்பம் வளர்ந்துவிட்டது. மின்னாக்கி உற்பத்தி செய்தாலும், அந்த மின்திறனை வெளியே கொண்டு வருவதற்கு மின் மாற்றி இல்லா விட்டால் எந்தப் பயனும் இல்லை.

மின் மாற்றியில், அனைத்து பாகங்களும் நிலையான பாகங்கள்தாம். எனவே தேய்மானம், உராய்வு போன்ற பிரச்னைகள் இங்கு சிறிதும் கிடையாது.

மின் மாற்றியின் அவசியம் என்ன?

மின்சாரத்துக்கு இரண்டு முக்கியமான பண்புகள் உள்ளன. மின் அழுத்தம் (Potential Difference) - வோல்ட் எனும் அளவையால் குறிப்பிடப் படுவது, மின்னோட்டம் (Current) - ஆம்பியர் எனும் அளவையால் குறிப் பிடப்படுவது. இந்த இரண்டின் பெருக்கல் தொகைதான் மின் சக்தி - ஜூல் எனும் அளவையால் குறிப்பிடப்படுவது. ஒரு குறிப்பிட்ட மின் சக்தி கொண்ட மின்சாரத்தில், மின் அழுத்தத்தை அதிகரித்து மின்னோட்டத்தைக் குறைக்கலாம் அல்லது மின்னோட்டத்தை அதிகரித்து மின் அழுத்தத்தைக் குறைக்கலாம்.

அதாவது 230 வோல்ட், 10 ஆம்பியர் மின்சாரத்தை 460 வோல்ட் உடையதாக மாற்ற வேண்டும் என்றால், அது 5 ஆம்பியர் மின்னோட்ட மாக மாற வேண்டும். அதாவது 230 x 10 = 460 x 5.

இந்த மாற்றத்தைச் செய்து தருவதுதான் மின் மாற்றி.

இந்தியாவில் வீடுகளில் பயன்படுத்தும் மின்சாரக் கருவிகள் 230 வோல்ட்டில் இயங்குவதாக இருக்கும். அதற்கு மேலான மின் அழுத்தத்தைக் கொடுத்தால் அந்தக் கருவி வெடித்துவிடும். குறைவான மின் அழுத்தம் கொடுத்தால் வேலையே செய்யாது. ஒரு நகரில் உள்ள அனைத்து கருவிகளையும் 230 வோல்ட்டில் இயக்க, எக்கச்சக்கமான ஆம்பியர் மின்னோட்டம் தேவைப்படும். இதனை மின் கடத்தியில் அனுப்பினால், ஏகப்பட்ட வெப்பம் ஏற்பட்டு சக்தி விரயமாகும்.

இதனைத் தடுக்கத்தான் மின் அழுத்தத்தை மிக அதிகமாக்கி, அதனால் மின்னோட்டத்தை வெகுவாகக் குறைத்து மின் கடத்திகள் மூலம் இவற்றை அனுப்பி, வீட்டுக்குள் வரும்போது மட்டும் 230 வோல்ட் அளவுக்கு மாற்றுகிறோம்.

அதேபோல மின்னாக்கியிலிருந்து வெளியேறும் மின்சாரத்திலும் மின்னோட்டம் மிக அதிகமாக உள்ளது. இங்கும் மின் அழுத்தத்தை மிக

அதிகமாக்கி, மின்னோட்டத்தைக் குறைத்து வெளியே அனுப்ப வேண்டியுள்ளது.

இவை அனைத்தையும் செய்வது மின் மாற்றிகளே.

மின் மாற்றியும் பாரடேயின் மின்காந்தத் தூண்டலின் விதிப்படியே இயங்குகிறது. நாம் மின்னாக்கியின் தத்துவத்தைப் பற்றிப் படிக்கும் போது ஒரு குறிப்பிட்ட காந்தப் புலத்தை எத்தனை சுற்றுகள் உள்ள மின் கடத்தி வெட்டுகிறதோ அதற்கேற்ப மின்னோட்டம் உருவாகும் என்று பார்த்தோம்.

ஓர் இரும்புத் துண்டை வைத்து, அதனைச் சுற்றி மின் கடத்தி வயர்களால் பத்து சுற்றுகள் சுற்றுங்கள். இதனை முதன்மைச் சுற்று என்று அழைப்போம். இந்த முதன்மைச் சுற்றுக்கு மேல் மின் கடத்தாப் பொருளை வைத்துவிட்டு அதனை அடுத்து வேறு வயரால் இருபது சுற்றுகள் சுற்றுங்கள். இது இரண்டாம் சுற்று. இரண்டாம் சுற்றில் முதல் சுற்றைப் போல இரண்டு மடங்கு சுற்றுகள் உள்ளன. இதுதான் ஒரு மின் மாற்றி.

இப்பொழுது முதன்மைச் சுற்றில் 230 வோல்ட், 10 ஆம்பியர் மின்னோட்டம் ஒன்றைப் பாய்ச்சுங்கள். இந்த மின்சாரம் இரும்பைச் சுற்றிப் பாய்வதால் ஒரு காந்தப் புலம் உண்டாகிறது. அந்த காந்தப் புலத்தை இரண்டாம் சுற்றும் வெட்டுகிறது. எனவே இரண்டாம் சுற்றில் மின்சாரம் மாற்றப்படுகிறது. இதற்கு Induction என்று பெயர். அதிகமான சுற்றுகள் வெட்டுவதால், இரண்டாம் சுற்றில் உருவாகும் மின்சாரம் முதல் சுற்றில் உள்ளதைவிட இரண்டு மடங்கு மின் அழுத்தம் கொண்டதாக இருக்கும். அதாவது 460 வோல்ட். அதாவது 5 ஆம்பியர். இத்தகைய மின் மாற்றிக்கு உயர்வடுக்கு மின் மாற்றி (Step Up Transformer) என்று பெயர்.

இதே இரண்டாம் சுற்றில் இருபது சுற்றுக்கு பதில் ஐந்தே சுற்றுகள் மட்டும் வைத்தால், விளைவு 115 வோல்ட், 20 ஆம்பியர் மின்சாரம். இத்தகைய மின் மாற்றிக்கு தாழ்வடுக்கு மின் மாற்றி (Step Down Transformer) என்று பெயர்.

மின் உற்பத்தி நிலையங்களில், மின்னாக்கியிலிருந்து வெளியே போகும் மின் திறன், மின் மாற்றியில் இணைக்கப்படுகிறது. இந்த மின் மாற்றிகள் அனைத்தும் உயர்வடுக்கு வகையைச் சார்ந்தவையே. மின்னாக்கியின் முனைகளில் 10, 15, 18 அல்லது 20 கிலோ வோல்ட் என்ற அளவில் உற்பத்தியாகும் மின் திறனை, மின் மாற்றியின் முதன்மைச் சுருளில் கொடுத்து, துணைச்சுருளில் இருந்து 230 அல்லது 400 கிலோ வோல்ட் மின் அழுத்தம் பெறப்படுகிறது.

மின் மாற்றியின் கட்டுமானம்

மின் மாற்றியின் உள்ளகம் (Core), காகிதம் போன்ற மிக மெல்லிய எஃகுத் தகட்டு அடுக்குகளால் (Silicon steel Laminations) செய்யப் பட்டிருக்கிறது. இத்தகைய தகடுகளின் கனம் சுமாராக 0.25 - 0.5 மில்லி மீட்டர் இருக்கும். இந்தத் தகட்டடுக்குகள் யாவும் மெருகு எண்ணெய் போன்ற மெல்லிய கடத்தாப் பொருளால், தகட்டின் இருபுறமும் பூசப்படுகின்றன. சுழல் மின்னோட்ட இழப்பைத் (Eddy current loss) தவிர்ப்பதற்காகவே, உள்ளகம் மெல்லிய தகடுகளால் செய்யப்பட்டு ஒருங்கிணைக்கப்படுகிறது. மின் மாற்றியின் சுற்றுகள், அவற்றுள் செலுத்தப்படும் மின்னோட்டத்துக்கு (Current) ஏற்ற பருமன் கொண்டதாக இருக்கும். சுற்றுகள் யாவும் உருளைச் சுற்றுகளாக (Cylindrical coils) முன்பே வடிவமைக்கப்பட்டு உள்ளகத்தில் (Core) பொருத்தப்படுகிறது.

படத்தில் முதன்மைச் சுற்றுகளும் துணைச் சுற்றுகளும் தனித்தனியே காட்டப்பட்டுள்ளன. இது ஒரு விளக்கப்படம் மட்டுமே. ஆனால் நடை முறையில், உள்ளகத்தைச் சுற்றி முதலில் கடத்தாப் பொருள்களினால் செய்யப்பட்ட காப்பும், பின்னர் தாழ்வழுத்தச் சுற்றுகளும், இதற்கு மேல் கடத்தாப் பொருள்களின் காப்பும், அதற்கு மேல் உயர்வழுத்தச் சுற்றுகளும் வைக்கப்படுகின்றன. இரண்டு சுற்றுகளுக்கும் இடையில் மரத்தினாலான காப்புப் பொருள் வைக்கப்படுகிறது.

இதுபோல சுற்றுகள் அனைத்தும் உள்ளகங்களில் வைக்கப்பட்ட பின், சுற்றுகள் பரிசோதனை செய்யப்பட்டு திருப்திகரமான நிலையில், உள்ளகமும் சுற்றுகளும் இணைந்த அமைப்பு, உலோகங்களால் ஆன தொட்டியில் இறக்கப்பட்டு உறுதியாக இணைக்கப்படும். இந்த நிலையில் மேலிருந்து பார்த்தால், தொட்டியின் உட்சுவருக்கும் உள்ள கத்துக்கும் இடையேயும், அதேபோல் தொட்டியின் உட்சுவருக்கும் மின் சுற்றுகளுக்கு இடையேயும் நல்ல இடைவெளி இருக்கும். இந்த இடை வெளிப் பகுதியில் தொட்டியினுள் எண்ணெய் நிரப்பப்படும்.

இத்தகைய எண்ணெய் நிரப்பப்படுவதற்கு முன்னர், பரிசோதனைச் சாலைகளில், இந்த எண்ணெய் எந்த அளவு மின்சாரத்தைக் கடத்த வல்லது என்று பரிசோதனை செய்த பின்னரே மின் மாற்றிக்குள் செலுத்துவார்கள். இந்த எண்ணெயைச் சூடு செய்து, அதில் உள்ள ஈரப்பதம் முழுவதையும் வெளியேற்றிய பின்னரே பயன்படுத்து வார்கள்.

மின் மாற்றியினுள் நிரப்பப்படும் எண்ணெய், மின் சுற்றுகளில் மின்னோட்டத்தினால் ஏற்படும் வெப்பத்தைக் குளிர்விப்பதுடன், நல்ல மின் கடத்தாப் பொருளாகவும் பயன்படுகிறது.

மின் மாற்றிகளில் குளிர்விப்பு முறைகள்

அதிக அளவு மின்னோட்டம், மின் சுற்றுகளில் வெப்பத்தை ஏற்படுத்துகிறது. இந்த வெப்பம் பரவி, உள்ளகத்துக்கும் பின்னர் உலோகத் தொட்டிக்கும் சென்றுவிட வாய்ப்புண்டு. எனவே, மின் மாற்றியின் செயல் திறனை அதிகரிக்க, இந்த வெப்பத்தை அப்புறப் படுத்த வேண்டியது அவசியம். இந்த வெப்பம் அகற்றப்படும் முறையையே குளிரவைத்தல் என்று கூறுகிறோம்.

மின்மாற்றியைக் குளிர வைப்பதற்கான முறைகள், அதன் அளவு, திறன், சூழல் ஆகியவற்றைப் பொறுத்து மாறுபடும்.

1. இயற்கைக் காற்றால் குளிரச் செய்தல் (Natural Air cooling)

இவ்வாறான குளிர்விப்பு முறை, மிகக் குறைந்த திறன் கொண்ட மின் மாற்றிகளுக்கே பொருந்தக்கூடியது. இந்த மின் மாற்றியில் இணைக்கப் பட்ட மின் சுமை மிகக் குறைவாக இருக்கும். இதன் விளைவால், இந்த வகை மின் மாற்றிகள் கையாளும் மின்னோட்டமும் மிகக் குறைவே. குறைந்த மின்னோட்டத்தினால் விளையும் வெப்பமும் மிகக் குறைவே. சுற்றுப்புறத்தில் உள்ள இயற்கைக் காற்றோட்டத்தால், இந்தக் குளிர வைக்கும் முறை நடைபெறுகிறது.

மின் மாற்றியின் உள்ளகம் பொருத்தப்பட்டிருக்கும் உலோகத் தொட்டியின் இருபுறங்களிலும், எதிரெதிராக (Cross ventilation) சிறு சிறு துளைகள் ஏற்படுத்தப்பட்டு காற்று உட்புக வழி செய்யப்பட்டுள்ளது. எனவே, காற்று இத்துளைகளின் வழியே உள்ளே சென்று உள்ளகத்தில் உள்ள வெப்பத்தைக் கிரகித்துக்கொண்டு, எதிர்ப்புறம் உள்ள துளைகள் வழியே வெளியேறும்.

2. காற்றைச் செலுத்திக் குளிரவைத்தல் (Air cooling)

இந்த முறையில் பெரிய காற்றாடிகளின் உதவி கொண்டு, மின் மாற்றியின் உள்ளகம் மற்றும் சுற்றுகளின் மேல் படுமாறு காற்று செலுத்தப்படுகிறது. இத்தகைய மின் மாற்றிகளில் பெரும்பாலும் உலோகத் தொட்டிகள் கிடையாது. இவ்வாறு காற்று செலுத்தப்படுவ தால் வெப்பம் வெளியேறுகிறது. இத்தகைய முறையில் காற்றைச் செலுத்தும் முன்னர், அக்காற்றை வடிகட்டி மூலம் வடிகட்டிய பின்னரே செலுத்துகிறோம்.

காற்றைச் செலுத்திக் குளிர வைப்பதில், வேறு ஒரு முறையும் கையாளப்படுகிறது. மின் மாற்றி அமைந்துள்ள இடத்துக்கு மேலேயோ அருகிலோ, காற்றை இழுத்து வெளித்தள்ளும் (Exhaust Fan) விசைக் காற்றாடிகள் வைக்கப்பட்டு, அவற்றின் மூலம் மின் மாற்றிகளில்

இருந்து வெப்பம் உறிஞ்சப்பட்டு வெளியேற்றப்படுகிறது. இத்தகைய அமைப்பைக் கொண்ட மின் மாற்றிகள், உலர்ந்தமுறை (Dry type) மின் மாற்றிகள் என்று அழைக்கப்படுகின்றன.

3. எண்ணெயால் இயற்கையாகக் குளிரச்செய்தல் (Natural oil cooling)

மின் விநியோகப் பிரிவில் பயன்படுத்தப்படும் மின் மாற்றிகள் அனைத்தும், இவ்வகை குளிர்விப்பு முறைகளிலேயே இயங்குகின்றன. அநேகமாக, ஒவ்வொரு தெருவிலும் ஒரு மின் மாற்றி பொருத்தப் பட்டிருக்கிறது. அந்த மின் மாற்றி குளிரூட்டப்படுவது இந்த முறையில் தான். மின் மாற்றியின் உள்ளே, உள்ளகம் மற்றும் சுற்றுகள் இருக்கும் தொட்டிக்குள் எண்ணெய் நிரப்பப்பட்டிருக்கும். இந்த எண்ணெய், மின் மாற்றியைக் குளிர்விப்பதோடு சிறந்த மின் கடத்தாப் பொருளாகவும் பயன்படுகிறது.

இந்த எண்ணெயில் பலவித வகைகள் உண்டு. பெட்ரோலிய எண்ணெய், தாது எண்ணெய், அஸ்காரெல்ஸ் என்ற காப்பு நீர்ம எண்ணெய் என்று பல உள்ளன. இந்த எண்ணெயை ஈரப்பதம் தாக்காதவாறு பார்த்துக்கொள்ள வேண்டும்.

மின் மாற்றி இயக்கத்தில் இருக்கும்போது, அதிக மின்னோட்டம் காரணமாக மின் சுருளில் வெப்பம் ஏற்பட்டு, இந்த வெப்பம் எண்ணெய்க்கு மாறுகிறது. எண்ணெய் வெப்பமடைவதால் அதன் அடர்த்தி குறைகிறது. குறைந்த அடர்த்தி உள்ள எண்ணெய், தொட்டியில் மேல்நோக்கி நகருகிறது. இந்த வெற்றிடத்தை நிரப்ப, தொட்டியின் அடிப்பாகத்தில் உள்ள வெப்பம் குறைந்த அடர்த்தி மிக்க எண்ணெய் உள்ளகப் பகுதியை நோக்கி நகர்கிறது. பின்னர், இந்த எண்ணெய் வெப்பமடைந்து மேல் நோக்கிச் செல்கிறது.

இத்தகைய வெப்பம் எண்ணெயில் தாவுதலும், பின் எண்ணெயில் இருந்து காற்றுக்குச் செல்வதும் நடைபெறுகிறது. இந்நிகழ்ச்சியில் வெப்பம், தொட்டியின் ஓரப்பரப்புகளுக்குக் கடத்தப்பட்டு வெளியில் தொட்டியைச் சூழ்ந்துள்ள காற்றால் சுற்றுப்புறத்தில் பரவி வெளி யேறுகிறது. தொட்டியின் சுற்றுப்புறச் சுவர்களில், இதே உலோகத்தால் ஆன தகடுகளினால் மடிப்புகள், பள்ளங்கள் அல்லது குழாய்கள் போன்ற அமைப்புகளை ஏற்படுத்தி, தொட்டியின் மொத்தப் பரப்பளவும் வெளிப்புறத்தில் அதிகரிக்கப்படுகிறது. இதனால் அதிக அளவில் வெப்பம் வெளியேறி, மின் மாற்றி குளிர்ச்சி அடைகிறது.

4. எண்ணெய் மற்றும் காற்றால் குளிரவைத்தல் (Oil and Air forced cooling)

இத்தகைய குளிர்விப்பு முறை, பெரும்பாலும் அதிகத் திறன் உள்ள மின் மாற்றிகளிலேயே செயல்படுத்தப்படுகிறது. மேலே கூறியதுபோல்

எண்ணெய் வெப்பத்தை கிரகித்துக் கொள்வதால், தம் அடர்த்தியில் குறைந்து மேலே செல்வதும், அடர்த்தி அதிகமாக உள்ள குறைந்த வெப்ப எண்ணெய் கீழ் நோக்கி வருதலும் இயற்கை நிகழ்வுகளே.

எண்ணெயிலிருந்து வெளியேறும் வெப்பம் அனைத்தும் மின் மாற்றியின் தொட்டியின் வெளிப்பரப்பில்தான் வந்து கூடுகிறது. எனவே மின் மாற்றியின் வெளிப்புறத்தில், நான்கு, ஆறு என்ற எண்ணிக்கையில் பெரிய விசைக் காற்றாடிகளைப் பொருத்தி, இவற்றை இயக்குவதன் மூலம், தொட்டியின் புறப்பரப்பின் மீது உள்ள வெப்பத்தை குளிர்விக்கிறார்கள்.

5. எண்ணெயை விசையுடன் செலுத்திக் குளிரவைத்தல் (Forced Oil cooling)

இத்தகைய அமைப்பும், மிக உயர்ந்த திறன் கொண்ட மின் மாற்றிகளில் மட்டுமே இருக்கிறது. அதிக மின் சுமையை ஏற்கும்போது, அதிக வெப்பம் ஏற்படுகிறது. இதனைக் குளிர்விக்க இயற்கையான எண்ணெய் சுழற்சி பற்றாத நிலையில், தொட்டியில் உள்ள எண்ணெயை ஒரு குழாய் மூலம் வெளிக் கொணர்ந்து ஒரு உந்தி மூலம் மீண்டும் தொட்டிக்குள் செலுத்துகிறோம். இதனால், எண்ணெய் அதிவேகமாகச் செலுத்தப்பட்டு மின் மாற்றியைக் குளிர வைக்கிறது.

மிக அதிகத் திறன் கொண்ட மின் மாற்றிகளில், இந்த வெப்ப எண்ணெயை ஒரு வெப்ப மாற்றிக்குள் செலுத்தி, அங்கு எண்ணெயில் உள்ள வெப்பத்தை தண்ணீருக்கு மாற்றுவதன் மூலம், விரைவில் எண்ணெய் குளிர வைக்கப்படுகிறது.

9. மின் உற்பத்தியும் சுற்றுப்புறம் மாசுபடுதலும்

இன்றைய நமது மின்தேவை நாளுக்கு நாள் அதிகரித்த வண்ணமாகவே இருக்கிறது. இதே வேகத்தில் மின் தேவை அதிகரித்தால், ஒவ்வொரு ஏழு முதல் பத்து ஆண்டுகளிலும் மின்தேவை அதன் அன்றைய அளவிலிருந்து இரண்டு மடங்கு உயர்ந்துவிடும் என்று புள்ளி விவர ஆய்வாளர்கள் தெரிவிக்கின்றனர்.

இப்படி மின்தேவை அதிகரிப்பு என்பது ஒருபுறம் இருந்தாலும், மின் உற்பத்தி நிலையங்களால் ஏற்படும் சுற்றுப்புற மாசுபடுதலும் இதே அளவில் அல்லது இதற்கு மேலும்கூடக் கடுமையாக உயர்ந்து கொண்டே வந்து, இறுதியில் சுகங்களை அனுபவிக்க வேண்டிய மனிதன், சுகாதாரமற்ற சூழலில் எப்போதும் நோயாளியாக வாழ நேரிடும் என்ற அச்சமும் நேரிடுகிறது.

இன்றைய நிலையில், புகையுடன் வெளியேறும் சில வாயுக்களைக் கட்டுப்படுத்துவதைப் பற்றித்தான் அனல் மின் நிலையப் பொறி யாளர்கள் சிந்தித்து வருகிறார்கள். இது தவிர, அனல் மின் நிலையச் சாம்பல், ஒருபுறம் நம்மைப் பயமுறுத்தி வருகிறது. இத்துடன் இணைந்து அனல் மின் நிலையங்களிலிருந்து வெளியேறும் வெப்பமும் தண்ணீரும், சுற்றுப்புறங்களை பாழ் செய்கின்றன.

மற்றொரு புறம், அணு மின் நிலையங்களில் இருந்து வெளியேறும் கழிவுகளில் உள்ள கதிர்வீச்சு, இன்று மட்டுமின்றிப் பல ஆண்டுகளுக்கும் தொடரும் என்று நம்மைப் பயமுறுத்துகிறது. எனவே, இத்தகைய திட, திரவ, வாயுக் கழிவுகளை எங்கே, எப்படி, பாதுகாப்புடன் விட்டொழிப்பது என்பது அணு மின் நிலைய அதிகாரிகளின் தலையாயப் பிரச்னையாக இருந்து வருகிறது.

இந்த நிகழ்வுக்குப் பிறகு அமெரிக்கா, பிரிட்டன், பிரான்சு, ஜப்பான் போன்ற நாடுகள் விழித்துக்கொண்டு பல அதிரடி நடவடிக்கைகளை எடுத்து, சுற்றுச்சூழல் மாசுபடுதலைக் கட்டுப்படுத்தி வருகின்றன.

எனினும், அனைத்து நாடுகளும் தீவிரமாக இம்முயற்சியில் இறங்கினால் மட்டுமே, பேரழிவிலிருந்து மனித இனத்தையும் தாவர மற்றும் ஏனைய உயிரினங்களையும் முற்றிலும் காக்க முடியும்.

மின் நிலையங்களால் சுற்றுச்சூழலுக்கு எம்மாதிரியான பாதிப்புகள் ஏற்படக்கூடும் என்பதனை நாம் முழுமையாக அறிந்துகொள்வது அவசியம்.

அனல் மின் நிலையங்களால் காற்றில் ஏற்படும் மாசு

அனல் மின் நிலையங்களில் எரிபொருள் எரிந்த பின் கிடைக்கும் புகையுடன் கலந்து வெளியேறும் கார்பன் மோனாக்சைடு, கரியமில வாயு, கந்தக டயாக்சைடு மற்றும் நைட்ரஜன் ஆக்சைடு, அதிக அளவிலான சாம்பல், சிலிகா, அலுமினா மற்றும் இரும்பு ஆக்சைடு கலந்த நுண் துகள்கள் ஆகியவை சுற்றுப்புறத்தைப் பெருமளவு மாசுபடுத்துகின்றன.

எந்தத் தடுப்பு நடவடிக்கையும் எடுக்கப்படாத நிலையில், 350 மெகாவாட் திறன் கொண்ட ஓர் அனல் மின் நிலையம், நாள் ஒன்றுக்குத் தான் வெளியிடும் புகையில் 75 டன் கந்தக டயாக்சைடு, 16 டன் நைட்ரஜன் ஆக்சைடு மற்றும் 5 டன் சாம்பல் என்ற அளவில் வெளியேற்றுகிறது. இந்த ஐந்து டன் சாம்பலில் கலந்துள்ள சிலிக்கா, இரும்பு ஆக்சைடு போன்றவை தனிக்கூட்டணி அமைத்து நாசத்தை விளைவிக்கக் கூடியவை என்பது துணைச்செய்தி.

இது மட்டுமின்றி, புகை போக்கியிலிருந்து வெளியேறும் புகையில் உள்ள வெப்பம், அருகில் உள்ள தாவர இனங்களைக் கருகி மடிய வைக்கிறது. இன்றைய தேதியில் அமெரிக்காவில் உள்ள அனல் மின் நிலையங்கள் மட்டும், ஆண்டொன்றுக்குச் சுமார் மூன்று கோடி டன்கள் அளவுக்குக் கந்தக டயாக்சைடு வாயுவை வெளியேற்றிக் கொண்டிருக்கின்றன.

சுற்றுச் சூழலைப் பாதுகாக்கும் பணியில் முதலாவது, இந்த கந்தக டயாக்சைடு வாயுவின் அளவினைக் குறைப்பதேயாகும். நிலக்கரியை எரிபொருளாக எரித்தாலும், டீசல் எண்ணெயை எரித்தாலும், இரண்டிலும் இந்த கந்தக டயாக்சைடு வெளியேறுகிறது.

கந்தக டயாக்சைடு, சுமார் $115 \times 10(-6)$ கிராம் / m^3 என்ற அளவில் நம் உடலுக்குள் சென்றால், மூச்சுத் திணறல், தொண்டை கரகரப்பு, தொண்டை எரிச்சல், கண் எரிச்சல், ஆஸ்துமா, சுவாசக்குழாய் பாதிப்பு போன்றவையும் நுரையீரலில் புற்று நோயும் வரவழைக்க வல்லது.

கந்தக டயாக்சைடு பயிர்களைத் தாக்கினால், பயிர்கள் அழியலாம் அல்லது குறைந்த விளைச்சல் ஏற்படலாம். உலோகங்கள் மீது படிந்தால், மேல்பகுதி அரிக்கப்படும் அல்லது துருப்பிடிக்கும்.

கந்தக டயாக்சைடுக்கு அடுத்தபடியாக, அனல்மின் நிலையம் வெளியேற்றும் மாசுப்பொருள் நைட்ரிக் ஆக்சைடு ஆகும். இது கந்தக டயாக்சைடு வாயு போல பெரும் கேடுகளை விளைவிப்பதில்லை. என்றாலும், இந்த வாயு காற்று மண்டலம் சென்று, அங்குள்ள ஆக்சிஜனுடன் கலந்து நைட்ரஜன் ஆக்சைடாக மாறுகிறது. இதை நாம் சுவாசிக்க நேரிட்டால், நுரையீரல் மற்றும் சுவாசிக்கும் பகுதிகளில் பெரும் கேட்டினை விளைவிக்கிறது. அத்துடன் தோல் எரிச்சல், தோல் அரிப்பு போன்றவையும் உருவாகக்கூடும்.

ஆண்டுதோறும் அனைத்து நாடுகளும் இணைந்து, சுமார் அறுநூறு கோடி டன்கள் அளவுக்கு கரியமில வாயுவை வெளியிடுகின்றன. இதில் பெரும் பங்கு - பத்து சதவிகிதம் - அனல் மின் நிலையங்களில் இருந்து வெளியேறுகிறது. இத்தகைய நிகழ்வினால், புவியின் வெப்பச் சமன்பாடு பெரிதும் மாறுபாட்டுக்கு உள்ளாகிறது. இதனால் கடும் வெப்பம் அல்லது கடும் மழை நேரக்கூடும்.

இதன் விளைவாக பனிமலைகள் உருகி, கடலின் நீர்மட்டம் சுமார் ஐந்து முதல் பத்து மீட்டர் வரை உயர்வதும் நிகழ்தல் சாத்தியமாகும். இதனால், நல்ல விளைநிலங்கள் பாலை நிலங்களாக மாறுவதும் கடற்கரை கிராமங்கள் கடலுக்கு இரையாவதும் நிகழக் கூடும்.

பட்டியலில், அடுத்து வரிசையில் நிற்பது கார்பன் மோனாக்சைடு. மனித சுகாதாரத்துக்குப் பெரும் கெடுதல்களை விளைவிக்கக் கூடியது. இது நம் சுவாசத்துக்குள் சென்றவுடன், இரத்தத்தில் உள்ள சிவப்பு அணுக்களில் உள்ள ஹீமோகுளோபினுடன் இணைந்து, நாம் சுவாசிக்கத் தேவையான ஆக்சிஜனைக் குறைத்துவிடக் கூடியது. இதனை சுவாசித்தால் தலைவலி, கண் எரிச்சல், தலைச் சுற்றல், மயக்கம் போன்றவை உடனடியாக வரக்கூடும். தொடர்ந்து சுவாசித்தால், மரணம் நிச்சயம்.

சமீபத்தில், சென்னையில் மழையின்போது காருக்குள் மாட்டிக் கொண்ட நால்வர், காரின் ஏசியில் இருந்து வந்த கார்பன் மோனாக்சைடினால் இறந்தது உங்களுக்கு ஞாபகமிருக்கலாம்.

அனல் மின் நிலையங்களிலிருந்து வெளியேறும் மற்றுமொரு மாசு, ஹைட்ரஜன் சல்பைடு ஆகும். இது உடம்பு எரிச்சல் மற்றும் எலும்பு சம்பந்தமான வியாதிகளை உருவாக்கும். எலும்பில் பலமில்லாது போதல், பற்கள் சிதைவுபடல், நொறுங்குதல், மற்றும் சுவாசக் குழாயில் கோளாறு போன்றவற்றை இந்த வாயு உருவாக்குகிறது. பயிர்களையும் இந்த வாயு பாதிக்கிறது.

அனல் மின் நிலையப் புகையுடன் வெளிவரும் சாம்பல் நுண்துகள்கள் இருமல், சளி, தும்மல், மூச்சுவிட சிரமப்படுதல், இழுப்பு, சுவாசக்குழாய் அடைப்பு போன்றவற்றை ஏற்படுத்தும். கட்டடங்களில் உள்ள உலோகங்களையும் இவை பாதித்து அரித்துவிடும்.

நானூறு மெகாவாட் திறன் கொண்ட ஓர் அனல் மின் நிலையத்தில் இருந்து சராசரியாக ஆண்டு ஒன்றுக்கு வெளியேறும் மாசுகளின் விவரம் பின்வருமாறு:

	நிலக்கரி 9.2x10(5) டன் 9% சாம்பல், 3% கந்தகம்	எண்ணெய் 6.97x10(8) லிட்டர் 1.6% கந்தகம்	இயற்கை எரிவாயு 7.7x10(10) லிட்டர்
1. நைட்ரஜன் ஆக்சைடு	0.84x10(7) Kg	0.87x10(7) Kg	0.48x10(7) Kg
2. கந்தக டயாக்சைடு	0.55x10(8) Kg	2.11x10(7) Kg	0.49x10(4) Kg
3. கார்பன் மோனாக்சைடு	2.10x10(5) Kg	3.35x10(3) Kg	-
4. ஹைட்ரோ கார்பன்	0.84x10(5) Kg	2.67x10(5) Kg	-
5. நுண்துகள்கள்	1.80x10(5) Kg	2.91x10(5) Kg	1.85x10(5) Kg

மாசுபட்ட நீர்க்கழிவுகள்

அனல் மின் நிலையங்களிலிருந்து வெளியேறும் நீரும் மாசு கலந்த ஒன்றாகும். குளிர்கலத்திலிருந்து வெளியேறும் சூடான தண்ணீர் மீண்டும் கடலுக்குள் அல்லது ஆற்றுக்குள் செலுத்தப்படும்போது, அதில் வாழும் உயிரினங்கள் செத்துப் போகின்றன. மீன்கள் குறைந்த அளவு வெப்ப மாறுபாட்டைக்கூட தாங்கும் சக்தி கொண்டவை அல்ல.

குளிர்கலங்களின் உள் அமைப்பில் இருபது மில்லி மீட்டர் விட்ட முள்ள பல உலோகக் குழாய்கள் உள்ளன. இங்கு நீராவி குளிர்ச்சி அடையும்போது, தண்ணீரில் உள்ள தாது மற்றும் உப்புகள், கடல் வாழ் உயிரினங்களின் முட்டைகள், கடல் பாசி போன்றவை குழாய்களின் உட்புறச் சுவர்களில் ஒட்டிக்கொள்ளும். இதனால்,

குழாய்களின் குறுக்குப் பரப்பளவு குறையும். இதனால், நீராவி முழுமையாகக் குளிர்விக்கப்படாமல் அதிக வெப்ப நீராகவே வெளியே சென்றுவிடும். இதன் விளைவாக, சுழலியின் திறன் பாதிக்கப்படும்.

இந்தப் பிரச்னையைக் குறைக்க, குளிர்கலத்துக்குள் செல்லும் குளிர்ந்த நீரில் சோடியம் ஹைபோ குளோரைட் (Sodium Hypo Chloride) அல்லது குளோரின் (Chlorine) போன்ற வேதிப் பொருள்கள் குறிப்பிட்ட அளவு கலக்கப்படும். இதன் விளைவாக, குளிர்கலக் குழாய்கள் பாதுகாக்கப் பட்டு, சுழலி தன் திறனைத் தடையின்றி வெளிப்படுத்த இயலும்.

ஆனால், குளிர்கலத்திலிருந்து வெளியேறி ஆற்றுடன் கலக்கும் தண்ணீரில் சோடியம் ஹைபோ குளோரைட் கலந்திருப்பதால், அதனை அருந்தும் மனிதர்களுக்கும், அந்த நீரில் வாழும் ஏனைய உயிரினங் களுக்கும் தீங்கு ஏற்படுகிறது.

இதுபோலவே அனல் மின் நிலையங்களில் உள்ள சாம்பல் கையாளும் பிரிவில், கொதிகலனில் எரிந்த நிலக்கரியின் சாம்பல் துகள்கள் தண்ணீரில் கரைக்கப்பட்டு, தண்ணீர்க் கரைசலாக (Slurry) வெளியேறுகிறது. இது சில இடங்களில் ஆற்று நீருடன் கலந்து அங்குள்ள உயிரினங்களுக்கு தீங்கிழைக்கிறது. ஆற்றுப்படுகையில் வசிக்கும் மக்கள், இந்த சாம்பல் கலந்த நீரை அருந்தும்போது, அவர்களது சுகாதாரமும் பாதிக்கப்படுகிறது.

அனல், அணு மின் நிலையங்களில் கொதிகலனுக்கான நீர் மிகவும் சுத்தமானதாக இருக்க வேண்டும். இத்தகைய அதி சுத்தமான நீரைப் பெறுவதற்காக, நீர் சுத்திகரிப்பு நிலையங்கள் இயக்கப் படுகின்றன. இத்தகைய நிலையங்களிலிருந்து வெளியேறும் கழிவு நீரில், அதிக அளவில் கால்சியம், மெக்னீசியம், சோடியம், பொட்டாசியம் ஆகிய வற்றின் குளோரைடு உப்புகள் கலந்து இருக்கும். இவை சமன்படுத்தும் தொட்டிகளில் சேமிக்கப்பட்டு, பின்னர் சமன் செய்யப்பட்டு, அங்கிருந்து கடலிலோ ஆற்றிலோ கலக்கப்படுகின்றன. இந்த உப்பு நீரானது தான் செல்லும் பாதையில் மண்ணுக்குள் ஊடுறுவி, நிலத்தடி நீரை நாசம் செய்யவும் சந்தர்ப்பங்கள் உண்டு.

அமில மழை (Acid Rains)

சுமார் ஒன்றரை கோடி டன் நுண் துகள்கள், இரண்டரை கோடி டன் கந்தக டயாக்சைடு, இரண்டு கோடி டன் அளவு நைட்ரஜன் ஆக்சைடு ஆகியவற்றை ஆண்டுதோறும் நாம் காற்று மண்டலத்தில் கலந்து வருகிறோம். இவை அனைத்தையும் கூட்டிப் பார்த்தாலே, நம்மைச் சுற்றி எந்த அளவுக்கு மாசுபட்ட சூழ்நிலை நிலவுகின்றது என்பது தெரிந்து விடும்.

நாம் காற்று மண்டலத்துக்கு அனுப்பும் கந்தக டயாக்சைடு, ஆக்சிஜனுடன் இணைந்து கந்தக ட்ரையாக்சைடாக மாறுகிறது. இது, பின்னர் மழைத் துளிகளுடனோ, நீர்த்திவலைகள் அல்லது ஈரப்பதத் துடனோ இணையும்போது, கந்தக அமிலமாக மாறி விடுகிறது. இத்தகைய கந்தக அமிலம் அதிக அடர்த்தி கொண்டால், மழைத்துளியாக வானிலிருந்து பூமிக்கு வருகிறது. இதுதான் அமில மழை எனப்படுகிறது. இத்தகைய அமில நீர் ஆற்று நீரில் கலந்து காணப்படுவதால், ஆற்று நீர் முழுவதும் அதிக அமிலத் தன்மையைப் பெறுகிறது.

இத்தகைய அமில மழையின் தொடர் விளைவாக தண்ணீரில் கரைந்துள்ள சல்பேட்டின் அளவு அதிகரித்து, தண்ணீரே சுமார் 25 சதவிகிதம் அமிலத்தன்மை கொண்டதாக ஆகிவிடுகிறது. இது தவிர்த்து, ஈயம், பாதரசம் போன்ற உலோகங்களின் மூலப்பொருள்கள் இயற்கையில் நம் பூமி மண்ணுள் உள்ளன. அமில மழை காரணமாக, இந்த வகை உலோகங்கள் அமிலத்தில் கரைந்து ஆற்றுத் தண்ணீரில் கலந்து விடுகின்றன. இத்தண்ணீரில் வாழும் மீனினங்கள், இதனால் பாதிப்புக்கு உள்ளாகின்றன. இந்த மீன்களை உணவாகச் சாப்பிடும் மனிதர்களும் பாதிப்புக்கு உள்ளாகின்றனர்.

அமில மழையால் காடுகள் பெருமளவு அழிந்துவிடுகின்றன. காடுகள் அழிவதால், தொடரும் ஆண்டுகளில் இயற்கையாகக் கிடைக்க வேண்டிய மழையின் அளவும் பெருமளவு குறைந்துவிடுகிறது. இந்த அமில மழை தொன்மையான கட்டடங்கள் மீது விழுவதால், அவையும் பாதிப்புக்குள்ளாகின்றன.

இந்தியாவின் அரிய பொக்கிஷமான தாஜ் மஹல், மதுரா எண்ணெய் சுத்திகரிப்பு ஆலையிலிருந்து வெளியே போகும் புகை கலந்த கந்தக டயாக்சைடினால் உருவாகும் அமில மழையால் பாதிப்புக் குள்ளாகிறது.

வெப்பத்தினால் உண்டாகும் மாசு

ஒவ்வொரு நிமிடமும் சுமார் நான்கு கோடி கிலோ ஜூல் அளவுக்கு வெப்பம் அனல் மின் நிலையங்களிலிருந்து வெளியேறுகிறது. சாம்பல் மூலம் வெளியேறும் வெப்பம், புகைபோக்கி மூலம் வெளியேறும் வெப்பம், குளிர்கலம் வெளியேற்றும் வெப்பம் மற்றும் இன்னபிற வகைகளைச் சார்ந்த வெப்பமும் இதில் அடங்கும். இந்த வெப்பத் தினால் தண்ணீர் சூடேறி, அதனுள் கலந்துள்ள ஆக்சிஜன் வெளியேறி விடக் கூடும். எனவே, ஒவ்வோர் அணு அல்லது அனல் மின் நிலையத்தைத் தொடங்கும் போதும், மேலும் மேலும் பூமியை நாம் சூடாக்குகிறோம்.

ஒலி மாசு (Noise Pollution)

காற்று, நீர் போன்று, ஒலியும் அதன் எல்லையைக் கடந்தால் மாசுதான். நம் ஊர்களில் பேருந்து நிலையங்களின் அருகில் சற்று நேரம் நின்று பாருங்கள். தலைவலி, எரிச்சல், கோபம் வருமளவு காற்று ஒலிப்பான்களின் (Air Horns) இடைவிடாத ஓசை கேட்கும். அரசாங்கம், நகர்ப்புற எல்லைக்குள் காற்று ஒலிப்பான்களை உபயோகிக்கத் தடை விதித்திருக்கிறது. இந்த இரைச்சல் என்ற மாசு, மற்ற மாசுகளைப் போன்று அத்தனை தீவிரமான கேடுகளை விளைவிப்பதில்லை. ஆனாலும் பலர், இதன் விளைவாக தம் கேட்கும் திறனை இழந்து விடுகின்றனர். எனவே, இரைச்சலின் அளவைக் கட்டுப்படுத்த வேண்டியது அவசியமாகும்.

ஒலியை நாம் டெசிபல் (decibel - சுருக்கமாக db) என்ற அளவையின் மூலம் குறிப்பிடுகிறோம். தொடர்ந்து 100 db அளவு இரைச்சலுள் நாம் இருந்தால், நம் செவித்திறனை நிச்சயமாக இழந்துவிடுவோம். அனல் மற்றும் அணு மின் நிலையங்களில் மின்னாக்கி, சுழலி, விசைக் காற்றாடிகள், நீர் உந்திகள் ஆகிய சாதனங்கள் அதிக சத்தத்தை ஏற்படுத்தக் கூடியன. மின் மாற்றிகள், குளிர்விக்கும் காற்றாடிகளுடன் இணைந்து பணியாற்றும்போது அதிக சத்தத்தைக் கொடுக்கும்.

500 மெகாவாட் சுழலி, மின்னாக்கி இரண்டும் சுமாராக 125 db அளவிலும், விசைக்காற்றாடிகள் சுமார் 135 db அளவிலும், மின் மாற்றிகள் சுமார் 100 db அளவிலும் சத்தத்தை ஏற்படுத்தக் கூடும். இதேபோல் அனல் மின் உற்பத்தி நிலையத்தின் அளவு அதி கரிக்கும்போது, கருவிகளின் எண்ணிக்கையும் அதிகரிப்பதுடன், அவற்றின் இரைச்சல் அளவும் உயரும். இதன் விளைவாக, ஒலி மாசு என்பதும் அதிகரிக்கிறது.

மாசுக் கட்டுப்பாடு

இரைச்சலால் ஏற்படும் மாசின் அளவைக் குறைக்க தடுப்புச்சுவர்கள் அமைக்கப்படுகின்றன. இத்தகைய தடுப்புச்சுவர்கள் இரண்டு தளங்களாக அமைக்கப்பட்டு, இடையில் சத்தம் கடத்தாப் பொருள்கள் நிரப்பப்படுகின்றன. கண்ணாடிக்கதவும் சத்தத்தைக் கடத்தாது.

தண்ணீர் சுத்திகரிப்பு நிலையங்களில் இருந்து வெளியேறும் தண்ணீர், நன்கு பரிசோதிக்கப்பட்டு சமன் செய்யப்பட்டே வெளியேற்றப் படுகிறது. இத்தகைய தண்ணீர், அமிலத்தன்மை இல்லாமல் குறைந்த காரத்தன்மை உள்ள நிலையில் வெளியேற்றப்படுகிறது.

சாம்பலை புகையுடன் வெளியேற்றுவதற்குப் பதிலாக, மின்சாரத்தால் இயங்கும் சாம்பல் பிரிப்பகங்கள் (Electrostatic Precipitator) இயக்கப்

படுகின்றன. இதன் மூலம் நுண்துகள்களின் அளவு பெருமளவு குறைக் கப்படுகிறது. மேலும் சேகரிக்கப்படும் சாம்பல், இலவச முறையில் பல்வேறு பணிகளுக்கும் வழங்கப்படுகிறது. மீதம் உள்ள சாம்பல், சாம்பல் சேகரிக்கும் நிலையங்களில் சேகரிக்கப்படுகிறது. பின்னர், அங்கிருந்து கழிவாக வெளியேற்றப்படுகிறது.

குளிர்கலங்களிலிருந்து வெளியேறும் தண்ணீரில் கலக்கப்படும் குளோரின் மற்றும் சோடியம் ஹைபோ குளோரைட் போன்ற வேதிப் பொருள்களைக் கலக்கும் அளவு, மிகவும் குறைக்கப்படுகிறது. இதன் விளைவாக கடல்வாழ் உயிரினங்களுக்கு ஏற்படும் ஆபத்தும் குறைக் கப்படுகிறது.

அமில மழை இந்தியாவின் தென்பகுதிகளில் வருவதற்கு வாய்ப்பு ஏதும் இல்லை. நமது குறைந்த பட்ச வெப்ப நிலையே சுமார் 22 டிகிரி செண்டி கிரேட் ஆகும். மேலும், கரியினைக் கழுவும் முறை அமல்படுத்தப்பட்ட பின், பெருமளவு கந்தகத் தன்மையும் சாம்பல் அளவும் குறைக்கப்பட்டு விடுகிறது. இதற்கு அப்பாலும், புகைபோக்கியிலிருந்து வெளியேறும் புகை, கொதிகலனின் வாயிற்படியில் சுமார் 140 டிகிரி செண்டிகிரேட் அளவில் இருக்குமாறு நிலைநிறுத்தப்படுகிறது. இதன் விளைவாக, கந்தக அமிலம் உருவாகும் வாய்ப்புகளே இல்லை எனலாம். இது போலத்தான் நைட்ரஜன் அமிலம் ஏற்படும் வாய்ப்பும் முற்றிலும் அகற்றப்படுகிறது.

மின் உற்பத்தி நிலையங்களில் மாசு என்பன - கந்தக டயாக்சைடு, நைட்ரஜன் ஆக்சைடு, ஹைட்ரஜன் சல்பைடு, கார்பன் மோனாக்சைடு, கரியமில வாயு, தூசு, சாம்பல் மற்றும் நுண்துகள்கள் என - பல இருந்தாலும், ஒவ்வொன்றும் ஒவ்வொரு வழியில் கட்டுப்படுத்தப் படுகிறது. எனினும், இவை அனைத்திலும் மிக அதிக ஆபத்தை உண்டாக்குவது கந்தக டயாக்சைடுதான்.

எனவே அரசு, மாசுக் கட்டுப்பாட்டு வாரியம் மூலம் அனைத்துத் தொழிற்சாலைகளுக்கும் அதிகக் கட்டுப்பாடுகளை விதித்திருக்கிறது. இந்தக் கட்டுப்பாடுகளை நிர்ணயிக்கும் முன்னர், அந்த இடத்தில் உள்ள காற்று, காற்றின் வேகம், ஈரப்பதம், வெப்பம், மக்கள்தொகை, மக்கள் நெருக்கம், வானிலை குணங்கள் ஆகிய அனைத்தையும் கணக்கில் கொண்டு பரிசீலித்த பின்னர், ஒவ்வோர் இடத்துக்கும் ஏற்றவாறு அனுமதிக்கக்கூடிய அதிக அளவு மாசு எது என்றும் நிர்ணயிக்கப்படுகிறது.

இத்தனைக்கும் அப்பால், அவ்வப்போது அதிரடிச் சோதனைகள் நடத்தி, தவறு செய்யும் தொழிற்சாலைகள் மற்றும் மின் உற்பத்தி நிலைய அதிகாரிகள் கண்டிக்கப்படுகின்றனர். மின் உற்பத்தி நிலையம்

என்பது பல கோடி ரூபாய் மூலதனத்தில் இயங்கும் நிறுவனம். எனினும், மாசுக் கட்டுப்பாடு என்பதை ஒவ்வொரு துறையிலும் இயன்ற அளவு செய்துகொண்டுதான் வருகின்றனர். இருப்பினும் சிற்சில சமயங்களில், அவர்களது எல்லையையும் மீறி சில விபத்துகள் நடக்கத் தான் செய்கின்றன.

1986-ல், ரஷ்ய நாட்டில் செர்னோபில் அணு உலையில் கதிர்வீச்சு ஏற்பட்டு பலர் மடிந்தனர். பலர் இன்றும் நிரந்தர நோயாளியாக வாழ்ந்து கொண்டிருக்கின்றனர்.

10. மின்சார வாடிக்கையாளர் கவனத்துக்கு

இன்றைய பொருளாதார நிலையில் மின்சார வாரியங்கள், ஊழியர்களின் சம்பள உயர்வு ஒருபுறம் என்றால், கச்சா எண்ணெய் உயர்வு மறுபுறம். நிலக்கரி விலை உயர்வு ஒரு புறம் என்றால், அதனை ஏற்றிக்கொண்டு வரும் ரயில் கட்டண உயர்வு மறுபுறம் என நாலாபுறமும் கடுமையான நிதி நெருக்கடிகளை சந்தித்தவண்ணம் இருக்கின்றன. மற்ற மாநில மின்வாரியங்கள் சந்திக்கும் நஷ்டம் பல நூறு கோடிகள் என்றால், தமிழக மின்வாரியம் சந்திப்பது சில நூறு கோடிகள் ஆகும்.

இப்படி உற்பத்திச் செலவு அதிகரித்த நிலையிலும், மனிதனது அன்றாடத் தேவை என்று எண்ணி நமக்கு மின்சாரம் விநியோகம் செய்யப்படுகிறது. நாம் தினந்தோறும் கடைக்குச் சென்று வாங்கும் எந்தப் பொருளுமே, அதற்குரிய பணத்தைக் கொடுத்த பின்னரே நமக்குக் கிடைக்கிறது. ஆனால் இந்த மின்சார விஷயத்தில் மட்டும், நாம் இதன் பலனை அனுபவித்த பின்னர்தான் வாரியம் நம்மிடம் பணம் கேட்கிறது. அவ்வாறு பணம் நம்மிடம் கேட்கும் தேதிக்குப் பின்னர் பல நாள்கள் கால அவகாசமும் கொடுக்கின்றனர். நம்மைப் போல் பலரும் மின் ஆற்றல் உபயோகத்துக்கான பணத்தைத் தாமதமின்றிச் செலுத்திவிட்டால், மின் வாரியத்துக்கு உபயோகமாக இருக்கும்.

அடுத்ததாக, தேவைக்கு மட்டுமே மின் ஆற்றலை உபயோகிக்க வேண்டும். ஒரு மின் மாற்றியின் அருகில் அமைந்துள்ள வீட்டு மின் இணைப்பில், மின் அழுத்தம் 230 வோல்ட் என்ற அளவில் இருக்கும். அதே நேரம், மின் மாற்றிக்குத் தொலைவில் உள்ள ஒரு வீட்டு மின் இணைப்பில் மின் அழுத்தம் 200 வோல்ட் அளவில்தான் இருக்கும். ஆனால் வடிவமைப்பின்படி பார்த்தால், தொலைவில் உள்ளவர்க்கும் குறைந்தது 210 வோல்ட் அளவுக்காவது மின் அழுத்தம் இருக்க வேண்டும். ஆனால் நடைமுறையில் இருக்காது.

இதற்கு முக்கியக் காரணமே, இடையில் பல வீடுகளில் மின் ஆற்றல் விரயமாகிக் கொண்டிருப்பதுதான். இணைப்புக்கு விண்ணப்பிக்கும் போது, தங்கள் வீட்டில் சுமார் 2,000 வாட் (உதாரணத்துக்காக) மட்டுமே பயன்படுத்தப் போகிறோம் என்று விண்ணப்பத்தில் கூறிவிட்டு, பின்னர் இணைப்பு கிடைத்தவுடன் வசதிக்காகச் சுமையை 4,000 வாட் அளவுக்கு அதிகரித்துக் கொள்பவர்கள் ஏராளம். இப்படிப்பட்ட வர்களை அணுகி 'ஏன் இப்படிச் செய்கிறீர்கள்?' என்று கேட்டால் அவர்கள், 'நாங்கள் உபயோகிக்கும் மின்சாரத்துக்கு ஒழுங்காகப் பணம் கட்டிவிடுகிறோமே. பிறகு ஏன் இப்படி ஒரு கேள்வியைக் கேட்கிறீர் கள்?' என்பார்கள் கொஞ்சம் எகத்தாளமாக.

விவரமாகப் பேசுவதாக நினைக்கும் இவர்களுக்குத் தெரியாதது, இரண்டு முக்கியமான விஷயங்கள். தொலைவில் உள்ளவருக்கு மின் அழுத்தம் முறையாக இருக்கவேண்டிய நிலையிலிருந்து தாழ்ந்து போவதற்குக் காரணமே, இவர் முறைகேடாக மின்சுமையை உயர்த்துவதுதான். அடுத்தது, இவர் வீட்டில் செய்துள்ள மின் இணைப்புகள் இவர் குறிப் பிட்ட 2,000 வாட் மின் சுமையைத் தாங்க மட்டும் ஏற்படுத்தப்பட்டது. இப்போது முறை கேடாக, இவர் மேலும் 2,000 வாட் மின் சுமையைக் கூட்டுவது, யாரையோ தேடிச் செல்லும் ஆபத்தைக் கைதட்டி வரவேற் பதைப் போன்றது.

மின்சாரத்தைத் தேவையான அளவு செலவழிக்க அனைவருக்கும் உரிமை உண்டு. ஆனால், மின்சாரத்தை வீணடிக்க எவருக்கும் உரிமை யில்லை. தேவைப்படும் போது மட்டும், மின் ஆற்றலைப் பயன் படுத்துங்கள். தேவையில்லாத போது, அந்தச் சாதனத்தை நிறுத்தி விடுங்கள். இது ஒருவருக்கு, பணச் சேமிப்பினைத் தரும் என்பதற்காக மட்டும் அல்ல. ஒருவருக்குத் தேவையில்லாத போது, அடுத்தவர் தேவைக்கு உதவும் வழிதான் இது. ஒரு யூனிட் மின்சாரம் சேமிப்பது என்பது இரண்டு யூனிட் மின்சாரம் உற்பத்தி செய்வதற்குச் சமம் என்பதை நினைவில் நிறுத்துங்கள்.

எனக்குத் தெரிந்த ஒருவர், தான் அனைத்துப் பொருள்களையும் மலிவு விலையில் வாங்கி சாமர்த்தியமாக வீடு கட்டிவிட்டதாகப் பெருமை யடித்துக் கொள்வார். பெரும்பாலும் வீடு கட்டுபவர்கள் சிக்கனம் பார்ப்பதே, வீட்டு மின் இணைப்புக்கான சாதனங்களில்தான். 'மின் கம்பி, கடையில் ஒரு சுற்று 300 ரூபாய் என்றான். எனக்குத் தெரிந்த ஒருவர் நடைபாதையில் கடை போட்டிருக்கிறார். அவர் அதே அளவு சுற்றை 120 ரூபாய்க்குக் கொடுத்தார். நான்கு சுற்றுகள் வாங்கி விட்டேன்' என்று பெருமிதம் பொங்கக் கூறுவார். இந்தக் கம்பிகளின் மேல் உள்ள கடத்தாப் பொருள் உருகித் தீப்பிடிக்கப் போவது, மின்னோட்டம் செலுத்திய பின்னர்தான் தெரியும்.

இதேபோல்தான் கடையில் ஒரு ஸ்விட்ச் விலை முப்பது ரூபாய், நடைபாதையில் வெறும் பத்து ரூபாய். வாங்கி இணைப்பில் இணைத்த பின், இயக்கத்தில் இலவசமாகக் கிடைப்பது 'ஷாக்'. இது போன்ற உண்மை உதாரணங்கள் ஒன்றல்ல, இரண்டல்ல. சிக்கனம் என்பது நமக்குக் கட்டாயம் தேவை. ஆனால், எதில் என்பதுதான் கேள்வி. உடலுக்கு நோய் வந்த ஒருவர் மருந்து சாப்பிடுவதில் சிக்கனத்தைக் கையாள்வது ஏற்கக் கூடியதா?

மின்சார சம்பந்தமான எந்தப் பொருள் வாங்கினாலும் உடனடியாக முதலில் கவனிக்க வேண்டியது, நீங்கள் வாங்கும் பொருள் தரச் சான்றிதழ் பெற்றதுதானா என்பதே. எந்தக் காரணத்தைக் கொண்டும் நடைபாதைக் கடைகளில் விற்கப்படும் மின் சாதனங்களை வாங்க மாட்டோம் என்று உறுதி எடுத்துக் கொள்ளுங்கள். எது வாங்கினாலும், அங்கீகரிக்கப்பட்ட அல்லது அனுபவம் வாய்ந்த நம்பகமான கடைகளில் மட்டும் - அதுவும் ISI முத்திரை அல்லது சான்றிதழ் எண் (ISI No. -----) உள்ள பொருள்களையே வாங்குங்கள்.

இவ்வாறு கடைகளில் சென்று நல்ல பொருளை வாங்குவதால், நீங்கள் அதிகமாக 5,000 ரூபாய் வரைகூட செலவு செய்ய வேண்டியிருக்கலாம். ஆனால் இந்த 5,000 ரூபாயைச் சேமிக்க எண்ணி தரமற்ற பொருள்களை வாங்கினால், ஒருவேளை உங்கள் உயிரின் விலையே இந்த ஐயாயி ரத்துக்குள் அடங்கினாலும் ஆச்சரியமில்லை.

உங்கள் வீடுகளில் ஏதும் மின் சாதனம் பழுதுபட்டு விட்டது என்றால், நீங்களே பழுது பார்க்கத் தொடங்காதீர்கள். அதற்கென்று மின்னியல் துறையில் படித்த தொழில் நுட்ப உதவியாளர்கள் உள்ளனர். அவர் களிடம் கொடுத்து பழுது நீக்கிக் கொள்ளுங்கள். தொழில் தெரியாமல், நீங்களே தெரிந்ததாக எண்ணிக்கொண்டு செய்வது பல சமயங்களில் ஆபத்தில் முடியலாம்.

இறுதியாக, உங்கள் உடம்பை வருடத்துக்கு ஒருமுறை மருத்துவரிடம் காட்டி சோதித்துக் கொள்வது போல, குறைந்தது ஐந்து அல்லது ஆறு ஆண்டுகளுக்கு ஒரு முறையாவது, உங்கள் வீடுகளில் உள்ள மின் இணைப்புகள் நல்ல ஆரோக்கியத்துடன் இருக்கின்றனவா என்பதை, தகுந்த ஆய்வாளர் மூலம் சோதித்து வைத்துக் கொள்ளுங்கள்.

மின் ஆற்றல் சேமிப்புக்குச் சில எளிய வழிகள்!

1. வீடுகளில் பரவலாக உபயோகிக்கப்படும் குமிழ் பல்புகள் (Incandescent filament Lamps/Bulbs) தரும் ஒளியையிட பல மடங்கு அதிக ஒளியை, அதே மின் திறனுக்கு 'அழுத்தப்பட்ட பாதரச வாயு' (compressed flourascent Lamps) நிரப்பப் பெற்ற விளக்குகள்

தரவல்லன. எனவே, இதுவரை உபயோகித்து வந்த பல்புகளை அகற்றி விட்டு, மேலே கூறிய CFL விளக்குகளைப் பயன் படுத்தினால் அதிகச் சேமிப்பு கிடைக்கும். ஆயுளைப் பொறுத்த வரை, சாதாரண பல்புகளை விட CFL விளக்குகள் பத்து மடங்கு அதிக ஆயுள் கொண்டவை.

2. கழிவறைகள், குளியலறைகள், வராந்தாக்கள் போன்ற இடங்களில் குறைந்த 'வாட்' திறன் கொண்ட விளக்குகளைப் பயன்படுத்துங்கள்.

3. விளக்குகள் மற்றும் மின் விசிறிகளை, தேவையற்றபோது நிறுத்தி விடுங்கள். இதனால் அதிகச் சேமிப்பு உங்களுக்குக் கிடைக்கும்.

4. குழல் விளக்குகளை (Tube Lights) வாங்கும்போது, பழைய முறையில் தயாரிக்கப்பட்ட சோக் (Choke - Ballast) உள்ளவற்றைத் தவிர்க்கவும். மின்னணு முறையில் இயங்கும் சோக்குகள் (Electronic chokes) மிகச் சிறந்தவை மட்டுமின்றி அதிக மின் திறனை சேமிக்க வல்லவை.

5. குழல் விளக்குகளில் (Tube Lights) மெலிதான விளக்குகள், அதே வெளிச்சத்தை, குறைந்த மின் திறனில் தரக்கூடியவை.

6. குளியல் அறைகளில் தண்ணீர் சூடு செய்வதற்கு மின்சாதனம் உபயோகிப்பவராக இருந்தால், கெய்சரின் உட்புறம் வெப்பக் கடத்தாப் பொருளால் செய்யப்பட்டதாகப் பார்த்து வாங்குங்கள். இது அடிக்கடி நீர் சூடேற்றியைப் பயன்படுத்துவதைக் குறைக்கக் கூடியது.

7. துணிகள் துவைப்பதற்கு இயந்திரம் பயன்படுத்தும்போது, அதிக அளவு துணிகளை ஒரே நேரத்தில் இயந்திரத்துள் இட்டு சலவை செய்யுங்கள். ஒவ்வொரு துணிக்கும் தனித்தனியாக இயந்திரத்தை இயக்காதீர்கள்.

8. சமையல் செய்வதற்கு நுண் அலை அடுப்புகளை (Microwave oven) பயன்படுத்துவது நல்லது. காரணம், மற்ற அடுப்புகளைப் பயன் படுத்தினால் அதிக அளவு மின்திறன் செலவாகும்.

9. இயன்றவரை சூரிய ஒளியினால் தண்ணீர் சூடாக்கும் அமைப்பைப் பொருத்தி, மின்சார சக்தி செலவழிப்பதை குறைத்துக் கொள்ளுங்கள்.

10. மின் அடுப்புகளைப் (Electrical Cooking Range for Kitchen) பயன் படுத்துவோராக இருந்தால், அகன்ற அடிப்பாகத்தைக் கொண்ட பாத்திரங்களைப் பயன்படுத்துங்கள்.

11. எந்த மின் சாதனத்தை வாங்குவதாக இருந்தாலும், குறைந்த மின்திறனை எடுத்துக்கொள்ளும் சாதனங்களை தேடி வாங்குங்கள்.

12. உணவு பதப் பெட்டிகள் (Refregirator) பயன்படுத்துவோர், இப்பெட்டியின் கதவுகளில் பொருத்தப்பட்டுள்ள ரப்பர் இழை கிழிந்து போகாமல் நல்ல நிலையில் உள்ளதா என்பதைக் கவன மாகப் பாருங்கள். இல்லையேல், எப்போதும் குளிர்காற்று வெளி யேறிக்கொண்டே இருக்கும். அதிக மின்திறன் தொடர்ந்து வீணாகிக் கொண்டிருக்கும்.

தமிழ்நாடு மின்சார வாரியம் பற்றிய
சில புள்ளி விவரங்கள்

1. மின் விநியோக மின் மாற்றிகள் 1990-91-ல் 86,522 ஆக இருந்தது 2000-01-ல் 1,35,457 ஆகவும், 2004-05-ல் 1,61,092 ஆகவும் உயர்ந்துள்ளது.

2. விவசாய பம்ப் செட்களுக்கு மின் இணைப்பு 1990-91-ல் 13,18,671 ஆக இருந்தது 2000-01-ல் 17,22,860 ஆகவும், 2004-05-ல் 17,36,946 ஆகவும் உயர்ந்துள்ளது.

3. தனிமனிதனின் மின் உபயோகம் (Per capita consumption) 1992-93-ல் 370 யூனிட்களாக இருந்தது, 2004-05-ல் 815 யூனிட்களாக உயர்ந்துள்ளது.

4. துணைமின் நிலையங்கள் (Substation) 1990-91-ல் 512 ஆக இருந்தது. 2004-05-ல் 1,082 ஆக உயர்ந்துள்ளன.